தொ.பரமசிவன்
'சாதி என்பது குரூரமான எதார்த்தம்!'
(நேர்காணலும், சில கட்டுரைகளும்)

தொகுப்பாசிரியர்
மணா

டிஸ்கவரி பப்ளிகேஷன்ஸ்
எண்: 9, பிளாட் எண்: 1080A, ரோஹிணி பிளாட்ஸ்
முனுசாமி சாலை, கே.கே.நகர் மேற்கு,
சென்னை - 600 078. பேச: 99404 46650

தொ.பரமசிவன் - 'சாதி என்பது குரூரமான எதார்த்தம்!'
தொகுப்பாசிரியர்: மணா©

THO.PARAMASIVAN - SAADHI ENBADHU KUROORAMAANA EDHARTHAM
Compiled by: **Manaa**©

First Edition: Feb - 2022

வெளியீட்டு எண்: **0132**

ISBN: 978-93-91994-97-6

Pages: 64

Rs. 80

Printed: Ramani Print Solutions, Chennai - 5

Publisher • *Sales Rights*

Discovery Publications	**Discovery Book Palace (P) Ltd**
No. 9, Plot,1080A,	No. 6, Mahaveer Complex,
Rohini Flats,	Munusamy Salai,
Munusamy Salai,	K.K.Nagar West,
K.K.Nagar West,	Chennai-600 078.
Chennai - 600 078.	Ph: (044) 4855 7525
Mobile: +91 99404 46650	Mobile: +91 87545 07070

discoverybookpalace@gmail.com
WWW.DISCOVERYBOOKPALACE.COM

இந்த நூலில் பிரசுரமாகியுள்ள எந்த ஒரு பகுதியையும் பதிப்பாளரின் எழுத்துபூர்வமான முன்அனுமதி பெறாமல் எடுத்தாள்வதோ, மறுபிரசுரம் செய்வதோ, மொழியாக்கம் செய்வதோ, அச்சு மற்றும் மின்னணு ஊடகங்களில் மறுபதிப்புச் செய்வதோ, காப்புரிமைச் சட்டப்படி தடை செய்யப்பட்டுள்ளது. இந்த நூலிலிருந்து குறிப்பிட்ட பகுதிகளை மேற்கோள்காட்டி புத்தக விமர்சனம் செய்ய, ஊடகங்களுக்கு மட்டும் அனுமதி உண்டு.

உங்கள் மொபைல் போனிலிருந்து ஸ்கேன் செய்து 'டிஸ்கவரி புக் பேலஸ்' மொபைல் ஆப்பை டவுன்லோடு செய்து, புத்தகங்களை வாங்குங்கள்.

முன்னுரை

உங்களிடம்...

சமகாலத்தில் வாழ்ந்த சமூகவியல் ஆய்வாளரான தொ.பரமசிவன் அவர்களுடன் பழகிய அனுபவங்கள் இனிமையானவை. உரையாடலை ஈர்ப்புக்குரிய கலையாக மாற்றியவர் அவர். பண்பாட்டு ஆய்வாளரான அவர் தன்னைக் காண வருகிறவர்களிடம் தொடர்ந்து தீராத உரையாடலை நடத்திக்கொண்டே இருந்தார். பேசுவதில் உள்ள அளப்பரிய வேகம், எழுதுவதில் அவருக்கு அந்த அளவுக்கு இல்லாமல் போனது.

அவருடனான நேர்காணல், அவரிடம் கேட்டு வாங்கிய சில கட்டுரைகளுடன், நண்பர் மு.ராமசாமி எழுதிய கட்டுரையும் இணைந்த தொகுப்பு நூலாக இது வெளிவந்திருக்கிறது.

நண்பர் மு.ராமசாமிக்கு அன்பான நன்றி.

இந்நூல் வெளிவரக் காரணமான 'டிஸ்கவரி பப்ளிகேஷன்ஸ்' நண்பர் மு.வேடியப்பனுக்கு எனது நன்றி.

ஒத்துழைப்புக் கொடுத்த மோகன்ராஜ், விக்னேஷ்வரிக்கும் நன்றி.

தொ.ப. என்கிற மகத்தான மனிதருடனான எனது அனுபவங்களின் சிறு துளி இந்த நூல்.

அன்புடன்,
மணா
manaanatpu@gmail.com

"சாதி என்பது குரூரமான எதார்த்தம்!"
- தொ.பரமசிவன்

தமிழகப் பண்பாட்டுச்சூழல், நாட்டுப்புறத் தெய்வங்கள், பெருந்தெய்வங்களின் சமூக மரபுகள் என்று நாம் பார்க்கத் தவறிய பல விஷயங்களைப் பற்றிய தொ.பரமசிவன் அவர்களின் ஆய்வுகள் சலசலப்பை ஏற்படுத்தி இருக்கின்றன.

டாக்டர் பட்டத்துக்காக ஆராய்ந்திருக்கிற 'அழகர்கோவில்' நூல் பல்கலைக்கழக வட்டாரங்களில் ஒருவித அதிர்வை ஏற்படுத்தியது.

'தெய்வங்களும் சமூக மரபுகளும்', 'அறியப்படாத தமிழகம்' ஆகிய நூல்களைத் தொடர்ந்து வெளியான 'பண்பாட்டு அசைவுகள்' எனும் நூல் தமிழக மக்களிடம் விசேஷக் கவனம் பெற்றது.

"தொ.பரமசிவன் அவர்களிடமிருந்து தெறிக்கும் கருத்துகளும், சான்று மேற்கோள்களும், வாழ்ந்து பெற்ற பட்டறிவும் மலைப்பை ஏற்படுத்தக் கூடியவை!" என்கிறார், தமிழ்மொழி ஆய்வாளரான ஆ.இரா.வேங்கடாசலபதி.

மதுரை தியாகராயர் கல்லூரியின் தமிழ்த் துறைப் பேராசிரியராகப் பணிபுரிந்த இவர், நெல்லையில் உள்ள மனோன்மணியம் சுந்தரனார் பல்கலைக்கழகத்தின் தமிழியல் துறைத் தலைவர்.

இலக்கியம், சமயம், கோயில் மரபு, பண்பாடு என்ற எந்த விஷயத்தைத் தொட்டாலும் அற்புதமாக விவாதித்துக் கொண்டேபோகும் இவரது விமர்சனங்கள், சிறு பத்திரிகை வட்டாரத்தில் உன்னிப்பாகக் கவனிக்கப்பட்டிருக்கின்றன. இழந்துகொண்டிருக்கிற பல தொன்மையான மரபுகளைப் பற்றின தன்னுணர்வை உருவாக்குகின்றன இவரது எழுத்தும் பேச்சும்.

மதுரையில் தங்கும்விடுதி ஒன்றின் மேல்தளம். அங்கு சந்தித்துப் பேசியபோது, பேச்சில் அகங்காரம் இல்லை; தன்னுடைய கருத்து மட்டுமே சரி என்கிற பிடிவாதம் இல்லை. ஆனால், அவரது பேச்சின் ஊடாக பிஞ்சுத்தீயாகப் பரவியிருக்கிறது கோபம்.

திராவிட இயக்கங்களின் மீது பரிவும், அவற்றின் தற்போதைய சரிவு குறித்த வருத்தமும் இழையோடப் பேசுகிறார். உரையாடலின்போது இறுக்கமில்லாமல் சரளமாக வரும் நெல்லைக்கே உரித்தான வட்டாரப் பேச்சு, அதில் வெளிப்படும் வாஞ்சை எல்லாமே பேசும்பொழுதை முக்கியமாக்கிவிடுகின்றன.

உங்களைப் பற்றி முதலில் சொல்லுங்களேன்?

என்னுடைய சொந்த ஊர் பாளையங்கோட்டை. அப்பா, அம்மா இருவருக்கும் இதே ஊர்தான். பெரும்பாலும் கிறிஸ்தவ நகரம் என்று அறியப்பட்டிருந்தது பாளையங்கோட்டை. உண்மையில் 9ஆம் நூற்றாண்டைச் சேர்ந்த வைணவக் கோயிலெல்லாம் இங்குண்டு.

இதன் பழைய பெயர் ஸ்ரீவல்லப மங்கலம். மதுரைக்குத் தெற்கே, பெரிய கோட்டையுள்ள நகரம் இது. பின்னாளில் தென்னிந்தியத் திருச்சபை இருந்ததால் இது கிறிஸ்தவ நகரமாகவும் விளங்கியது.

கல்வித் தரமும் உயர்ந்த நகரமாக வளர்ச்சி பெற்றது. நூறு ஆண்டுகளுக்கும் மேலாக பார்வைக் குறையுடையோர் பள்ளி இங்கு இருக்கிறது. காது கேளாதோருக்கான பள்ளியும் இருக்கிறது. 'எங்களாலும் படிக்க முடியும்!' என்கிற தன்னம்பிக்கையை ஊட்டின நகரம் இது. சிறைக் கைதிகளும் இங்கு படிக்க முடிந்தது. நிறைய நூலகங்கள் இருந்ததால் மக்களிடையே வாசிப்புப் பழக்கமும் அதிகம்.

திராவிட இயக்கத்தால் உருவான வாசிப்பும், பயிற்சியும் முக்கியமானது. குறிப்பாக, பிற்படுத்தப்பட்ட ஜாதியிடம், அதிலும், அதில் முதல் தலைமுறையினரிடம் பாதிப்பை ஏற்படுத்திய காலம். அதனால் என்னைப் போன்றவர்களுக்கு விளையாட்டைப் போலவே, நூல் வாசிப்பும் பழக்கமானது.

அதிலும் வாசிப்பு, அரசியல் வாசிப்பாக இருந்தது. 1969ல் நான் இளங்கலை பொருளாதாரம் படிக்கிறபோது வகுப்பில் இருந்த 63 மாணவர்களில் மூன்றுபேர்களைத் தவிர மற்ற அனைவருக்கும் ஏதேனும் ஓர் இயக்கம் அல்லது அரசியல் கட்சிச் சார்பு இருந்தது.

தன்னுடைய வீடு, தெரு, ஜாதி தாண்டி மாணவனுக்கென்று ஒரு பொது உலகம் இருந்தது. அவர்கள் பேசுவதற்கும், சண்டை போடுவதற்கும் ஏதோ ஒரு தத்துவம் இருந்தது. பள்ளிகளிலேயே அப்போது திமுக மாணவர்களுக்கும், காங்கிரஸ் மாணவர்களுக்கும் இடையே சச்சரவுகள், சண்டைகள் எல்லாம் வரும்.

என்னைப் போன்று, முதல் தலைமுறையாகப் படிக்கிற குடும்பங்களிலிருந்து வருகிறவர்கள் தன்னுணர்வோடு சிந்திக்கிற போது பெரியார், திமுக என்றுதான் இருக்க முடியும். அப்படித்தான் எங்களில் பெரும்பாலான மாணவர்கள் இருந்தோம். கல்விச் சூழல், இயக்கச் சூழல் இரண்டுமிருந்தன.

அப்போது, எல்லா மாணவர்களும் பாடப்புத்தகங்களுக்கு அப்பால் ஏதேனும் ஒரு புத்தகத்தையோ, இதழையோ கையில் வைத்திருப்பார்கள். அது தரமான இதழாக இருக்கும். ஆனால், இந்த 40 ஆண்டுகளில், அந்த வாசிப்புப் பழக்கம் கணிசமாகக் குறைந்துவிட்டது. தொலைக்காட்சிப் பாதிப்பு வந்தபிறகு இன்னும் குறைந்துவிட்டது. தொடர்ந்து வாசித்திருந்தால்தானே சிந்தனை வளரும்.

அந்த இயக்க ஈடுபாடுதான் அப்போது மொழியுணர்வை உருவாக்கியதா?

நிச்சயமாக. ஏனென்றால், மொழி என்பது மக்களை விட்டுத் தனித்து நிற்பதில்லையே. பெருவாரியான மக்கள் திரளின் மொழி எதுவோ, அது அப்போது அறிவுலக மொழி அல்ல. ஆங்கிலத்திற்கும், வடமொழியான சமஸ்கிருதத்திற்கும் இருந்த

சமூக மரியாதை, தாய்மொழியான தமிழ்மொழிக்கு ரொம்பக் காலமாக இல்லை.

அப்போது புதிதாக எழுத்தறிவு பெற்ற இளைய தலைமுறை 'எங்களது தாய்மொழியின் இடம் எங்கே?' என்று இயல்பானபடி கேள்வி கேட்டது. அவனுக்கு 'அம்பலம்' என்றால் புரியும். 'நாட்டாமை' என்றால் புரியும்.

சமஸ்கிருதம் கலந்த சொற்கள் அவனுக்குப் புரியவில்லை. சமூக விடுதலை என்பது மொழி சார்ந்த தளத்திலும் இயங்குவது; தவிர்க்க முடியாதது. என்னுடைய மொழிக்கான இடம் எங்கே? என்கிற தேடல் இருந்தபோது, திராவிட இயக்கத்தவர்களின் மொழியுணர்வு தனக்கானதாக இளைய தலைமுறைக்குத் தோன்றியது. அதுவும் விடுதலையின் ஓர் அம்சம்தானே!

அதற்கு இரை போடுகிற மாதிரி ஐம்பதுகளிலும், அறுபதுகளிலும் திராவிட இயக்கத்தின் பெரிய தலைவர்களும், சிறிய தலைவர்களும் ஆளுக்கு ஒரு பத்திரிகையை நடத்திக் கொண்டிருந்தார்கள். ஒரே சமயத்தில் இருபது பத்திரிகைகளுக்கு மேல் வெளிவந்துகொண்டிருந்தன.

அண்ணா, கலைஞர், நெடுஞ்செழியன் என ஒவ்வொருவர் கையிலும் பத்திரிகைகள். பெரியார் வழி தனி. 1925லிருந்து 'குடியரசு' தொடங்கி, பிறகு அதை 'விடுதலை'யாக மாற்றி நீண்டகாலம் இயங்கியவர்.

தமிழ் இதழியல் வரலாற்றில் நெடுங்காலம் இயங்கியவர்களாக அவரையும், டி.ஏ.சொக்கலிங்கத்தையும் சொல்ல வேண்டும். அதற்குப் பிறகு ஏ.என்.சிவராமன். இப்படி, அன்றைய இளைஞர்களுக்குத் தாக்கத்தை ஏற்படுத்த பலதரப்பட்ட சூழல் இருந்தது.

அந்தச் சமயத்தில் தனித்தமிழ் வாதத்தை - இயக்கத்தை முன்வைத்த மறைமலையடிகள் போன்றவர்களை நீங்கள் ஆதரிக்கவில்லையா?

மறைமலையடிகளைப் பொறுத்தவரை அவருக்கு வேறொரு நோக்கமும் இருந்தது. சைவம் சார்ந்த தமிழ் இயக்கத்தை அவர் முன்வைத்தார். ஆனால், திராவிட இயக்கங்களின் மொழி எதுகை மோனையுடன் ஒலி நயத்தை உள்வாங்கிக் கொண்டதாக இருந்தது.

எதைச் சொன்னாலும் ஒலி நயத்துடன் சொன்னார்கள், எழுதினார்கள். அதனால் மக்களுக்கு அந்த மொழிநடை பிடித்துப்போனது. பழமொழிகளை, விடுகதைகளை, சொல்லடைகளைப் பயன்படுத்தினார்கள்.

காங்கிரஸில் முக்கியமான தலைவர்களாக திரு.வி.க., டி.எஸ். சொக்கலிங்கம் போன்றவர்கள் இருந்தாலும் அவர்கள் சமூகத்தின் மேலடுக்கில் இருந்து வந்தவர்கள். எளிய மக்களிடையே புழங்கிய பழமொழி, ஒலி நயம், விடுகதை, பேச்சு மொழியுடன் தொடர்புடைய மொழி அவர்களுக்குக் கைவரவில்லை. திராவிட இயக்கத்துக்காரர்களுக்கு அது கை வந்தது.

உங்களுடைய டாக்டர் பட்டத்துக்கான ஆய்வை எங்கே பண்ணினீர்கள்? அப்போதிருந்த சூழல் உகந்ததாக இருந்ததா?

ஆய்வுகள் அப்போது சிறிய அளவிலேயே இருந்தன. வேறு எந்த மொழி பேசுகிற தேசிய இனமும் செய்யாத தவறை நாம் செய்தோம்.

அப்போது தமிழகத்தில் இருந்தவர்கள் 4 கோடி மக்கள். இருந்தும் நூறு ஆண்டுகளுக்கு மேலாக இருந்தது சென்னைப் பல்கலைக்கழகம் மட்டும்தான். 110 ஆண்டுகளாக ஒரே ஒரு பல்கலைக்கழகத்தை வைத்துக்கொண்டிருந்த வேறு மாநிலம் எங்கும் இல்லை.

சென்னைப் பல்கலைக்கழகத்தில் தமிழ்மொழிக்கு இருந்த இடமே விசித்திரம். 1857ல் தொடங்கிய பல்கலைக்கழகத்தில் 1914 வரைக்கும் தமிழ் பாடத்திட்டக் குழுவே கிடையாது. முதன்முதலாகத் தமிழில் பாடம் வந்ததும் 1929ல்தான். ஆக ஒரு பல்கலைக்கழகம் தொடங்கப்பட்டு 75 ஆண்டுகள் ஆகியும், அது எங்கே இருக்கிறதோ அந்த மாநிலத்தில் மொழிக்குப் போதுமான இடம் இல்லை என்றால் அது என்ன நியாயம்? ஆனால், அதை நாம் சந்தித்துக்கொண்டிருந்தோம்.

1925லிலேயே தமிழ்ப் பல்கலைக்கழகம் வேண்டும் என்கிற குரலுடன் சில முயற்சிகள் நடந்தன. அப்போது எம்.எஸ். பூர்ணலிங்கம் பிள்ளை என்கிற தமிழறிஞர் சேலத்தில் தமிழன்பர்கள் மாநாட்டைக் கூட்டி 'மதுரையில் தமிழ்ப் பல்கலைக்கழகம் அமைய வேண்டும்' என்று தீர்மானம் போட்டார்.

ஆனால், தஞ்சையில் தமிழ்ப் பல்கலைக்கழகம் உருவானது 1983ல். இதற்கு இவ்வளவு ஆண்டுகள் காத்திருக்க வேண்டியிருந்தது.

தமிழ்க் கல்விச் சூழல் பெருவாரியான மக்களின் மொழிக்கு நெடுங்காலமாக நெருக்கமாக இல்லை. பல்கலைக்கழகங்களோ, ஆய்வு நிறுவனங்களோ தமிழ்மொழியுடன் உறவு கொண்டதே கடந்த 25 ஆண்டுகளாகத்தான்.

இந்தச் சூழலில் ஆறு ஆண்டுகள் கல்லூரி ஆசிரியராக வேலை பார்த்த பிறகு, 1976ல் மதுரைப் பல்கலைக்கழகத்தில் ஆய்வுக்காகப் போய்ச் சேர்ந்தேன். கள ஆய்வு என்பதன் பெருமை அப்போதுதான் புலப்பட்டது. புத்தகங்களுக்கு உள்ளேயே, நூலகங்களுக்கு உள்ளேயே ஆராய்ச்சி என்ற நிலை மாறி, தெருவையும், ஆய்வையும் இணைக்கிற 'கள ஆய்வு' அப்போது செல்வாக்குப் பெற ஆரம்பித்திருந்தது.

மு.ராகவய்யங்கார், மயிலை சீனி.வேங்கடசாமி, ராசமாணிக்கனார் போன்ற சிலர் செய்திருந்தாலும் அது பரவலாக இல்லை. எழுபதுகளுக்குப் பிறகே கள ஆய்வுகள் நிறைய நடந்தன. என்னுடைய ஆய்வும் கள ஆய்வு சார்ந்ததே.

கள ஆய்வை எந்த அளவுக்கு மக்களுக்கு நெருக்கமாகக் கொண்டுபோக முடிந்தது?

1960களில் கடைசிப் பகுதி வரை டாக்டர் பட்டத்துக்கான தமிழ் ஆய்வேடுகளை ஆங்கிலத்தில்தான் கொடுக்க வேண்டும். அறிஞர்களான மு.வே.ரா.வும், வ.சுப.மாணிக்கமும் ஆங்கிலத்திலேயே ஆய்வேடுகளைக் கொடுத்தார்கள். அதனால், அந்த ஆய்வுகள் எளிய மக்களைப் போய்ச் சேரவில்லை, அது அவர்களைப் பற்றியதாக இருந்தாலும்கூட. இதையடுத்து தமிழாய்வுகள் தமிழியல் ஆய்வுகளாக மாறின.

எழுத்தறிவில்லாத பெருவாரி மக்களின் மொழியை ஆராய 'மொழியியல் துறை' என்கிற துறை உருவானது. இதன் ஆய்வாளர்கள் காடு, மேடெல்லாம் அலைந்து சாதாரண மக்களின் மொழியைப் பதிவு பண்ணியபோது தொடங்கியது கள ஆய்வு.

எழுபதுகளில் அதை முக்கியமாக வளர்த்தெடுத்தது நா.வானமாமலை நடத்திய 'ஆராய்ச்சி' என்கிற ஏடு. அப்புறம்தான் தமிழ் ஆய்வுகள் தமிழியல் ஆய்வுகளாக வளர ஆரம்பித்தன.

அறிவு என்பதும் ஆராய்ச்சி என்பதும் புத்தகங்களுக்குள்ளாகவும், நூலகங்களுக்குள்ளாகவும் மட்டுமே இருக்க முடியாது. தெருக்களுக்குப் போய் மக்களைச் சந்தித்து மக்களிடமிருந்து கற்றுக்கொள்வதற்கு நிறைய விஷயங்கள் இருக்கின்றன என்கிற தன்னுணர்ச்சி வந்த பிறகே புதுப்புது ஆய்வுகள் பிறந்தன.

எளிய மக்களிடமிருந்து கற்றுக்கொள்வதற்கு எவ்வளவு விஷயங்கள் இருக்கின்றன? அவர்களுக்கு எழுதத் தெரியா விட்டாலும், அவர்கள் அறிஞர்கள் இல்லை என்று யாரும் சொல்லமுடியாது. மக்களிடமிருந்து கற்பது, கற்றுக் கொடுப்பது என்கிற இருமுனைப்புப் போக்குடையதாகப் பிறகு மாறின ஆய்வுகள்.

அழகர்கோவிலைப் பற்றி நான் கள ஆய்வு செய்தேன். அதைச் சமூகவியல் பார்வையுடன் செய்தேன். அதற்கு முன்பு கோவில் ஆய்வுகள் என்றால் கட்டட ஆய்வுகள், கலை ஆய்வுகளாகவே இருந்தன. அதைவிட்டு கோவிலுக்கும் மக்களுக்கும் உள்ள உறவைப் பற்றிச் சொல்லப்படவில்லை. என்னுடைய ஆய்வு முழுக்க முழுக்க அதிலேயே மையம் கொண்டது.

வங்காளத்தைச் சேர்ந்த பி.கே.சர்க்கார் என்பவரின் புத்தகம் எனக்கு உந்துதலாக இருந்தது. மக்களுக்கும் சமூக நிறுவனங்களுக்குமான உறவை ஆராய்கிறது அந்தப் புத்தகம்.

நம் நாட்டில் மிகப்பெரிய சமூக நிறுவனம் என்பது கோவில்தான். மற்ற சமூக நிறுவனங்கள் எல்லாம் அழிந்து போய்விட்டன. காலனி ஆட்சியில் அழிந்தது போக மிஞ்சியது கோவிலும், சாதியும்தான். இந்த இரண்டு சமூக நிறுவனங்களுக்கிடையே உள்ள தொடர்பைப் பற்றியதுதான் என்னுடைய ஆய்வு. குறிப்பிட்ட நான்கு சாதிகளுக்கும் அழகர் கோவிலுக்கும் உள்ள உறவையே அந்த ஆய்வில் விவரித்திருக்கிறேன்.

சாதிகளுக்குக் கோவிலுடன் அந்த அளவுக்கு நெருக்கம் இருந்ததாக உணர்ந்தீர்களா?

சாதி என்பது குரூரமான யதார்த்தம். சமூகம் என்பதே இங்கு சாதியின் அடுக்குகளாகத்தான் இருக்கிறது. இதை மாற்ற வேண்டும் என்பதே வேறு விஷயம். ஆனாலும், இதைத் தவிர்க்க முடியவில்லை. இங்கே தனி நபர்கள் என்று யாரும் இல்லை. எல்லார் மீதும், விரும்பியோ விரும்பாமலோ சாதி போர்த்தப்பட்டிருக்கிறது.

சிலருக்குப் பச்சை குத்தியதுபோல, தோலோடு சேர்த்துக் குத்தப்பட்டிருக்கிறது. சாதியை, சமூகத்தின் முக்கியமான அலகாக எடுத்துக்கொண்ட எல்லா ஆய்வுகளையும் பண்ணுகிறோம். அது அல்லாத ஆய்வுகள் அனைத்தும் முழுமை இல்லாத ஆய்வுகள் என்று நினைக்கிறேன்.

எது அசலான ஆன்மீகம்? அழகர்கோவிலைப் பற்றிய உங்களுடைய ஆய்வேடு வந்தபோது அது கவனிப்புக்கு உள்ளானதா?

நான் சமர்ப்பித்த 'அழகர்கோவில்' ஆய்வேட்டைப் பரிசீலித்த மூன்று தேர்வாளர்களுமே, 'உங்கள் ஆய்வு மிகச் சிறந்தது' என்று சொன்னதால், மதுரைப் பல்கலைக்கழகமே அதை நூலாக வெளியிட்டது. ஆனால், வெளியிட 10 ஆண்டுகள் ஆகிவிட்டன. மிக அண்மைக் காலமாகத்தான் அந்த ஆய்வேடு பலரால் கவனிக்கப்பட்டிருக்கிறது.

கோயிலின் தல புராணத்திற்குப் பின் உள்ளூர்க் கைங்கர்யம் நிறைய இருக்கும். இன்னொரு புறம் அந்தக் கோயிலைப் பற்றிய வாய்மொழிக் கதை மரபும் இருக்கும். 'அழகர், கள்ளழகராக ஏன் வேஷம் போடுகிறார்?' என்பதற்கு கள ஆய்வின்போது நிறைய தகவல்களைச் சேகரித்தேன்.

மக்கள் ஒரு கட்டத்தில் தங்களது கலாசாரத்தின் பிரதிநிதியாக கடவுளை ஆக்குவார்கள். அப்படி ஆக்கப்பட்ட கோவில்களும் கடவுள்களும் மட்டுமே உயிர்வாழும், மற்றவை பாழடைந்து போய்விடும். பெரும்பாலான தல புராணங்களுக்குள் உண்மையின் துகள்கள் புதைந்திருக்கும்.

அதைச் சுற்றி ஆசைகள், நம்பிக்கைகள், ஏக்கங்கள் எல்லாவற்றிற்கும் மேலாக பௌராணிக மரபுகள் எல்லாம்

இருக்கும். தல புராணம் என்பது வேறு, தல வரலாறு என்பது வேறு. கோவிலைப் பற்றி அறிய மக்களின் எழுதப்படாத கதைகள், வெளி உலகம் அதிகம் அறியாத சிறு சிறு சடங்குகள், நியமங்கள் எல்லாவற்றையும் தொகுக்க வேண்டும்.

உதாரணத்துக்கு ஒன்று, அழகர்கோவில் பகுதியில் உள்ள சில கிராமங்களில் வீட்டு வேலை செய்வதற்கோ, மாடு மேய்ப்பதற்கோ ஆட்களை அமர்த்தினால், சித்திரை மாதம், அழகர் ஆற்றில் இறங்குகிற அன்று வேலையை விட்டு சொல்லிக்கொள்ளாமலேயே நின்று கொள்ளலாம். அதற்கு முன் நிற்க முடியாது. அதற்கு 'சித்திரை விடுதி' என்றே பெயர்.

சித்திரை அன்றைக்கு ஒருவன் தன்னைத்தானே விடுதலை செய்து கொள்ளலாம். அப்படி ஒரு எழுதப்படாத சட்டம் மக்கள் வரலாறாக, அதேசமயம் கோவில் சார்ந்ததாகவும் இருக்கிறது. எழுத்துலக அறிஞர்களுக்கு இந்த வரலாறு எல்லாம் புரியாது. அந்த மாதிரி எழுதப்படாத வரலாற்றை நாம் சொல்கிறோம்.

தமிழகம் முழுக்க இருக்கும் தாலாட்டுப் பாடல்களில் அழகருக்கும் மீனாட்சிக்கும் உள்ள அண்ணன்-தங்கை உறவு முறையைப் போற்றும் பாடல்கள் அதிகம். அண்ணன் தங்கைக்கு இடையிலான பாசம் திராவிடக் கலாசாரத்தில் அழுத்தம் பெறக்கூடிய உறவு. இதுகூட மக்களின் வாய்மொழி வந்த மரபே ஒழிய அரசின் அங்கீகாரம் பெற்ற மரபல்ல. சட்ட ரீதியாகவோ, சடங்கு ரீதியாகவோ இரு தெய்வங்களுக்கும் உறவில்லை. இவை எல்லாமே ஆகமங்களை மீறின செயல்கள்தான். மீனாட்சி கிறிஸ்துவுக்கெல்லாம் முற்பட்ட திராவிடப் பெண் தெய்வம். அனேகமாகப் பாண்டியர்களின் குல தெய்வமாக இருக்கலாம்.

இந்தியாவிலேயே தனித்த தன்மையுடைய பெண் தெய்வம். திருமணம் ஆகாத ஒரு கன்னிப்பெண் முடிசூடி ஆளுகிறாள் என்கிற கதை இந்தியாவில் வேறு எங்கும் கிடையாது. அந்த அளவுக்குத் தொன்மையான தெய்வம். இந்த உறவு முறையையும் நான் ஆய்வு செய்து இருக்கிறேன்.

மதுரை மீனாட்சி அம்மன் கோயிலுக்குள் குறிப்பிட்ட சமூகத்தினர் அனுமதிக்க மறுக்கப்பட்ட மாதிரியான நிலைமை, அழகர்கோவிலிலும் இருந்ததா?

இருந்தது. ஆனால், ராமானுஜர் 12ஆம் நூற்றாண்டில் வாழ்ந்தபோது நிறைய கோவில்கள் அதன் பழைய ஆச்சாரங்களிலிருந்து நெகிழ்ந்து கொடுத்தன. அவர்தான் மைசூருக்கு அருகிலுள்ள மேலக்கோட்டையில் அரிஜன ஆலயப் பிரவேசத்தைச் செய்துகாட்டியவர்.

ஜாதி வேற்றுமைகள் பாராட்டுவதில் வைணவம் நெகிழ்ந்து கொடுத்தபோது, சைவம் இறுக்கமாக இருந்தது. இதை உணர முடிகிறது.

அப்படி இறுக்கமாக இருந்தபோதும் பெருந்தெய்வங்களுடன் மக்களை நெருக்கமாக்குகிற கதை மரபு, சொல்லாடல் எல்லாம் எப்படி உருவானது?

பெருந்தெய்வக் கோயில்களில் உள்ள மக்களின் கற்பித முறைகள் எல்லாமே ஆகம விதிகளுக்கு எதிரானவை. ஆகமங்கள் ஒருபோதும் மக்களின் கற்பித உறவுகளை ஏற்பதில்லை. அழகர், கள்ளழகராக வேடம் போடுவதை எந்த ஆகமவிதி ஏற்கும்?

காரமடை ரங்கநாதர் கோயிலுக்கு இருளர்கள் தண்ணீர்ப் பையுடன் வந்து சுத்தம் செய்கிறார்கள். இதை ஆகமம் ஏற்குமா? ஆனால், அன்றைக்கு இருந்த அரசும், அதிகாரிகளும், கோயில் நிர்வாகமும் மக்களை எதிர்த்து ஒன்றும் செய்ய முடியாது என்பதால் இவற்றை ஏற்றுக்கொண்டன.

சிறுதெய்வ வழிபாடு என்கிற எளிய மக்களுடன் இணைந்த வழிபாட்டை எப்படி எடுத்துக்கொள்கிறீர்கள்?

சிறுதெய்வம், பெருந்தெய்வம் என்பதெல்லாம் நாம் சௌகரியத்திற்காகப் பயன்படுத்தும் சொற்கள். பெருந்தெய்வங்கள் ஒரே கடவுள் என்கிற கோட்பாட்டை உருவாக்கும். மக்களுடைய தெய்வங்கள் அப்படி அல்ல.

சிறுதெய்வ வழிபாட்டு முறையைப் பலமாக உள்ளிழுத்துக் கொண்டே பெருந்தெய்வங்களே இங்கு நிற்க முடிகிறது. மீனாட்சியை சிவனின் மனைவி சக்தியாக பெருவாரியான மக்கள் பார்க்கவில்லை. அவர்கள் தாயாகத்தான் பார்க்கிறார்கள்.

சிறுதெய்வங்கள் என்று நீங்கள் குறிப்பிடுகிற கோயில்கள் சொத்துடைமை நிறுவனங்களாக மாறுவதில்லை. ஆனால்,

அரசின் ஆதரவு பெற்ற எல்லாக் கோயில்களும் சொத்துடைமை நிறுவனங்களாக மாறிவிடுகின்றன.

சிறுதெய்வங்கள் என்கிற கிராமப்புற தெய்வங்கள் எல்லாமே கைகளில் ஆயுதங்களை ஏந்தி இருக்கும். மக்களோடு மக்களாக சில இடங்களில் கூரை இல்லாதபடி நின்று, அவர்களுடைய உணவை உண்டு, உடுத்துபவற்றை உடுத்தி எளிய மக்களின் வாழ்விலும் கனவிலும் கலந்துவிட்டவை அந்தத் தெய்வங்கள்.

சாதிய அடக்குமுறைகளும் ஒடுக்குமுறைகளும் பிறப்பதற்கு முன்பே இந்தத் தெய்வங்கள் பிறந்துவிட்டன. இந்த ஆன்மிகம் நாட்டு மக்களின் ஆன்மிகம். அதிகாரச் சார்பற்ற ஆன்மிகம். மற்றவர்களையும், மற்றவற்றையும் ஏற்றுக்கொள்கிற ஆன்மிகம்.

இன்றைக்கு கிராமங்களில் மற்ற மதத்தினருடன் ஒருவித உறவுணர்ச்சியே உண்டு. அதை நகர்ப்புறம் சார்ந்த, படித்த, அதிகார மையங்களில் எதிர்பார்க்க முடியாது. ஏனென்றால், இங்கு இருப்பது முழுக்க அதிகாரச் சார்புடைய ஆன்மிகம்.

கடவுளுக்கும் மனிதர்களுக்கும் இடையில் சிலர் குறுக்கே வந்து நிற்கிறார்கள். நாட்டார் தெய்வங்களில் இந்தப் பாகுபாடு இல்லை.

எவ்வளவு தூரம் மக்கள் ஒரு கோயிலுக்கு வந்து கூடுகிறார்களோ, அந்த அளவுக்கு அங்கே அதிகார மையம் உருவாக்கப்படுகிறதா? உதாரணத்திற்கு, பழனி கோயிலுக்கு வருகிறவர்களின் எண்ணிக்கை அதிகரித்த பிறகு பூஜை செய்யும் உரிமை பிற்படுத்தப்பட்டவர் களிடமிருந்து பறிபோனதாகச் சொல்லப்படுவது உண்மைதானா?

மிகப்பெரிய ஆன்மிக மையமாக விளங்குகிற கோயிலை அரசு அதிகாரம் தனக்கென எடுத்துக்கொள்கிறது. பழநி கோயிலில் முன்பு பூஜை செய்தது பிற்படுத்தப்பட்ட சமூகத்தினர். ஆனால், திருமலை நாயக்கர் காலத்தில் தளவாயாக இருந்த ராமப்பையர் இன்னொரு சமூகத்தினர் கையிலிருந்து திருநீறு வாங்குவதை விரும்பவில்லை.

இதையடுத்து அங்கு பூஜை செய்யும் உரிமை பிராமணர்களுக்கு மாறுகிறது. இதே மாதிரி, கதைப் பாடல்களின்படி பார்த்தால் ராமேஸ்வரம் கோயிலிலும் பூஜை செய்திருப்பது பிற்படுத்தப்பட்ட சமூகம்தான். பிறகு, அங்கும் மாற்றப்பட்டிருக்கிறது.

அரசு அதிகாரம் உள்ளே நுழைய நுழைய எளிய மக்கள், உணர்வு ரீதியாக அந்தக் கோயிலில் இருந்து விலகிவிடுகிறார்கள்.

அதிகாரம் குறுக்கே பாய்ந்தால் மக்கள் விலகிவிடுவது காலம் காலமாக நடக்கும் பழக்கம். மக்கள் எங்கே பெருந்திரளாக கூடுகிறார்களோ அந்த ஆன்மிக மையங்களைத் தனதாக்கிக் கொள்ள எந்த அரசும் முயற்சி பண்ணிக்கொண்டே இருக்கும்.

பாண்டிய அரசோ, சோழ அரசோ அல்லது இன்றைக்கு இருக்கிற அரசுகளோ உடனடியாக கோயில்களைத் தனது கட்டுப்பாட்டில் கொண்டுவந்து விடுகிறதே!

கிராமப்புறங்களில் இருக்கிற நாட்டார் தெய்வங்கள் பெரும்பாலும் பிற்படுத்தப்பட்ட, தாழ்த்தப்பட்ட சமூகத்துடன்தான் பின்னிப் பிணைந்திருக்கின்றனவா?

இன்றைக்கும் சில குடும்பங்களுக்கான தெய்வங்கள் இருக்கின்றன. குறிப்பிட்ட சாதியினருக்கான தெய்வங்கள் இருக்கின்றன. சமூகத்தின் மேல் அடுக்குகளில் உள்ள சாதியினர் பெரும்பாலும் இந்தக் கோவில்களுக்கு வருவதில்லை. மூன்று, நான்கு பிற்படுத்தப்பட்ட சாதியினருக்குச் சேர்ந்து சில குல தெய்வங்கள் இருக்கின்றன.

நெல்லை மாவட்டத்தில் உள்ள சாஸ்தா கோவில்களில் பெரும்பாலானவை மூன்று அல்லது நான்கு சாதிகளுக்குப் பொதுவானவையாகவே இருக்கும். திருவிழா அன்று மட்டும் எல்லாரும் கூடுவார்கள். ஓராண்டு காலமாக அவர்கள் அந்தத் தெய்வத்தை நினைத்துக்கொண்டே இருக்கிறார்கள். அவனுக்கு ஒரு சிக்கல் வருகிறபோது கோயில் இருக்கும் திசையை நோக்கி கும்பிடுகிறான்; நேர்ந்து கொள்கிறான்.

அவனுடைய கடந்தகால நினைவுகளோடும் மூதாதையர்களின் நினைவுகளோடும் கலந்து செய்யப்பட்ட உணர்வுடன் இருக்கிறது அவனது நாட்டார் தெய்வம்.

இப்படிப் பிணைந்திருக்கிற உறவுகளை, வலுவிழக்கச் செய்யும் விதத்தில் சபரிமலை, திருப்பதி, மேல்மருவத்தூர் என்று பொதுவான தெய்வங்களை நோக்கி நகர்த்திச் செல்லும் முயற்சியும் வெவ்வேறு விதத்தில் நடக்கிறதே. இதைத் திசைதிருப்பும் காரியமாக நினைக்கிறீர்களா?

சபரிமலை ஆகட்டும், மேல்மருவத்தூர் ஆகட்டும் அவையெல்லாம் மத்திய தர வர்க்கத்து ஆன்மிகம். அடித்தள, எளிய மக்களின் ஆன்மிகம் அல்ல. எளிய மக்களின் கனவில் ஒருபோதும் சிவபெருமான் வரமாட்டார். அவர்களுடைய குலதெய்வம்தான் வரும். அதனால் மூதாதையர்களின் நினைவுகளுடன் பிணைந்திருக்கிற இந்த வழிபாட்டு உறவை அவ்வளவு சுலபமாக அகற்றிவிட முடியாது.

கிராமப்புற தெய்வங்கள், நாட்டார் தெய்வங்கள் என்று தூக்கிப் பிடிப்பதன் மூலம் பழைய நிலப்பிரபுத்துவக் கலாசாரத்தையும் மதிப்பீடுகளையும் தூக்கிப் பிடித்து, அதை நியாயப்படுத்துகிற மாதிரி தோன்றாதா?

பிரபுத்துவம் என்கிற சொல்லே நாட்டார் தெய்வங்கள் உடன் சேர்க்க முடியாத சொல்தான். இந்தத் தெய்வங்களை வழிபடுபவர்கள் யாரும் நிலப்பிரபுக்கள் அல்ல. நிலமானிய முறை உற்பத்தி செய்த சில மதிப்பீடுகள் இங்கொன்றும் அங்கொன்றுமாக இருக்கலாம். ஆனால், இந்த நாட்டார் தெய்வங்கள் நேரடியாக உற்பத்தித் தளத்துடன் தொடர்புடையவை.

மாரியம்மன் மழையோடும், அடுத்த பருவப் பயிருடனும் தொடர்புடைய தெய்வம். இதேமாதிரி கிராமத் தெய்வங்கள் இன்பத்தை மட்டுமே கொடுக்கக்கூடிய தெய்வங்கள் அல்ல.

இன்பத்திலும், துன்பத்திலும் பங்கெடுக்கிற தெய்வங்கள். நிலமானிய மதிப்பீடுகள் நில உடமையாளர்களுக்குச் சாதகமாக இருந்ததே தவிர, அதை எல்லாருமே சேர்ந்துதான் உருவாக்கினார்கள். ஆகவே, நிலப்பிரபுத்துவ ஆன்மிகம் வேறு, இந்த எளிய மக்களின் ஆன்மிகம் வேறு.

இருந்தாலும் இன்றைக்கு நாட்டார் தெய்வங்களுக்கான மரபு, அதற்கான முக்கியத்துவம் அதிகரித்திருக்கிறது. அதற்கான தேவை இப்போது இருக்கிறதா?

இருக்கிறது. ஒரே தெய்வக் கோட்பாடு என்பது அரசு உருவாக்கத்திற்குத் தேவையானது. 'ஒன்றே குலம்; ஒருவனே தேவன்' என்பதெல்லாம் மக்கள் விரோதச் சித்தாந்தம் என்றே நான் கருதுகிறேன்.

இந்துத்துவவாதிகளைக் கேட்டால் 'ஒன்றே குலம்; எல்லாரும் இந்தியர்' என்கிறார்கள். 'ஒருவனே தேவன்' என்றால் 'ராமன்' என்கிறார்கள். ஆனால், பன்முகத் தன்மையுள்ள கலாசாரத்தைப் பேணிக் காப்பவை இந்த நாட்டார் தெய்வங்கள். இந்தப் பன்முகத் தன்மையை எதிரொலிக்கிறவரை மட்டுமே சமூகம் ஜனநாயகத் தன்மையுடன் இயங்கும்.

ஒரே கடவுளை எப்போது கொண்டுவந்து நிறுத்துகிறீர்களோ அப்போது பலதரப்பட்ட தெய்வங்களை நிராகரிக்கிறீர்கள் என்று அர்த்தம். இன்றைய தேவை 'எல்லாரும் நூறு நூறு தெய்வங்களைக் கும்பிடுங்கள்' என்பதுதான். ஏனென்றால் நூறு வகைப்பட்ட மனிதர்களை, நூறு வகைப்பட்ட நம்பிக்கைகளை, நூறு வகைப்பட்ட வழிபாட்டு முறைகளை நாம் அங்கீகாரம் செய்தாக வேண்டும். அப்படி இருந்தால்தான் நாம் ஜனநாயக ரீதியாக இயங்குகிறோம் என்று பொருள்.

மறுபுறம் இன்றைக்கு ஆன்மிகத்திலும், அரசியலிலும் மையப்படுத்துகிற வேலை நடக்கிறது. அப்படி நடக்கும்போது பல விஷயங்கள் அடிபடுகின்றன. இப்படி அடிபட்டு ஒற்றைக் கலாசாரம் ஒன்று உருவாவதை நாம் ஒருபோதும் ஏற்க முடியாது. சுதந்திரப் போராட்டத்தின் இடைப்பகுதியில் விநாயகரைக் கொண்டு வந்தபோது, அது இந்தியத் தேசியத்திற்கு உதவும் என்று நினைத்தார் திலகர். இன்றைக்கு ராமர் தேவை என்று இன்னும் சிலர் நினைக்கிறார்கள். இந்த இரண்டையும் நாம் ஏற்க முடியாது.

இந்தத் திணிப்புக்குப் பின்னால் வலுவானபடி அரசியல் இருக்கிறதா?

அது வெளிப்படையாகவே தெரிகிறதே. அதிகாரத்தை குவித்து வைக்கும் நோக்கிலேயே இதெல்லாம் நடக்கின்றன. குவிக்கப்பட்ட அதிகாரங்கள் எப்போதும் பெருவாரியான மக்களுக்கு எதிராகவே இருக்கும். சமூக விடுதலை, அரசியல் விடுதலை என்று நாம் சொல்கிற எல்லா விஷயங்களுக்கும் எதிரான போக்கு இது.

இன்னொரு புறத்தில் கோயிலில் நுழைய அனுமதி இல்லாமல், வழிபாட்டு உரிமை இல்லாமல், சமூகத்தின் பல தளங்களில் ஒதுக்கப்பட்டதால்தான், ஒருவன் அந்த மதத்தை விட்டே மாறிப் போகும் சூழ்நிலை உருவானது!

மதமாற்றத்தில் ஒன்றைக் கவனிக்க வேண்டும். பிற மதங்களினால் ஈர்க்கப்பட்டு அவர்கள் சென்றார்கள் என்பதை விட, எந்த இடத்தில் இருந்தார்களோ, அந்த இடத்தில் அவர்களுக்கான உரிமை மறுக்கப்பட்டு, விரட்டியடிக்கப்பட்டார்கள் என்பது தானே உண்மை.

குறிப்பிட்ட கோயிலுக்குள் நுழையக்கூடாது என்று அவர்களை ஒதுக்கி வைத்திருந்தார்கள். எந்தக் கோயிலுக்குள் போக முடியுமோ அந்தக் கோயிலுக்குள் அவர்கள் போய்விட்டார்கள். 'அவர்கள் போனார்கள்' என்று சொல்வதைவிட, 'அவர்கள் விரட்டப்பட்டார்கள்' என்று சொல்வதுதானே சரியாக இருக்கும்.

கிறிஸ்துவம் இங்குள்ள ஜாதி முறையை அப்படியே பேணிக் கொண்டது. இஸ்லாம் சாதி முறையை ஒதுக்கியது. இதன்மூலம் சாதியில் மேல், கீழ் என்கிற அழுத்தமான பாகுபாடு சற்று விலகிவிட்டது இல்லையா!

இந்தச் சூழ்நிலைகளை திராவிட இயக்கங்கள் சரிவர உணர்ந்து செயல்பட்டனவா?

இருபதாம் நூற்றாண்டில் திராவிட இயக்கங்கள் வந்தபிறகு மேல்சாதி ஆக்கம் என்பது தோற்றுப் போய்விட்டது. மதத்தின் தத்துவச் சண்டைகளை தனது வருகையின் மூலம் நிறுத்தி வைத்தன இந்த இயக்கங்கள்.

ஆனால், சிலர் மதத்திற்குள்ளும் சாதி வேறுபாடுகள் பாராட்டுவதை பெரியார் கண்டித்தார். 'குடியரசு' இதழில் எழுதினார். இடதுசாரி ஆராய்ச்சியாளர்கள் மீது எனக்குக் கடுமையான கோபம் உண்டு. அவர்கள் திராவிட இயக்க எழுத்தை விமர்சித்தார்கள். ஆனால், அதை முழுமையாகப் படிக்கவில்லை. பெரியாரின் எழுத்துகளைப் படிக்காமலேயே அவரை நிராகரித்தார்கள். இது பெரிய தவறு.

வர்க்கத்துக்கும், சாதிக்குமான உறவை மிகச் சரியாகப் புரிந்து கொண்டவர் பெரியார். வர்க்கத்தின் மூல வடிவமாகத்தான் சாதியைப் பார்த்து, சாதி ஒழிப்பில் கவனம் செலுத்தினார். இடதுசாரிகள் அப்படிச் செய்தார்களா?

கீழ்வெண்மணியில் 44 பேர் உயிரோடு கொளுத்தப்பட்ட போது, நிலக் கூலிகள், தொழிலாளர்கள் என்பதால் மட்டும்

கொளுத்தப்படவில்லை... சாதி ரீதியாகவும் ஒடுக்கப்பட்டவர்கள் என்பதாலும் கொளுத்தப்பட்டார்கள்.

பொதுவுடைமை எழுத்துகளில் இது பதிவாகவில்லை. அவர்களுடைய வர்க்கத்தை கணக்கில் எடுத்துக்கொண்ட அளவுக்கு சாதியைக் கணக்கில் எடுத்துக்கொள்ளவில்லை. அந்தத் தவறை இப்பொழுது உணர ஆரம்பித்திருக்கிறார்கள்.

97ல் மதுரையில் பெரியாரைப் பற்றி மூன்று நாட்கள் கருத்தரங்கம் நடத்தினோம். பொதுவுடைமைச் சித்தாந்தத்தில் நம்பிக்கை உள்ளவர்கள் தமிழகம் முழுக்க இருந்து வந்திருந்தார்கள். அதன் முடிவில் வலியுறுத்தப்பட்ட விஷயம் 'பெரியாரை மீட்டெடுக்க வேண்டும்'.

1954ல் ஏ.எஸ்.அய்யங்கார் 'பகுத்தறிவுச் சிகரம் பெரியார்' என்ற புத்தகத்தில் "பெரியாரை நமது தோழர்கள் சரிவரப் புரிந்து கொள்ளவில்லை..." என்று வருத்தப்படுகிறார். அந்த வருத்தத்திற்கான காரணங்கள் இன்னும் இருக்கின்றன.

இப்படி நீங்கள் சொன்னாலும் இங்கு சாதியக் குரல்கள்தானே வலுவாகக் கேட்கின்றன?

இதுவரைக்கும் குருடர்களும், செவிடர்களுமாக யார் அடக்கி வைக்கப்பட்டிருந்தார்களோ அவர்களுக்கு இப்போது பார்வை கிடைத்திருக்கிறது; காது கேட்கிறது. இதுவரைக்கும் இங்கே அமைதி நிலவுவதாகச் சொல்லப்பட்டதெல்லாம் மயான அமைதி. இதிலிருந்து வெடித்துக் கிளம்பும் குரல்கள் கலகக் குரல்களாகத்தான் இருக்கும்!

ஒடுக்குமுறைகளுக்குள்ளானதை எப்போது உணர்கிறானோ, அப்போது ஒருவன் பெருமூச்சு விடுகிறான்; முணுமுணுக்கிறான். அதற்கடுத்துக் கலகக்குரல் எழுப்புகிறான். இப்போது எழுந்திருக்கிற கலகக்குரல்கள் நிரந்தர அமைதியை நோக்கிச் செல்லக் கூடியவை. நான் அப்படித்தான் பார்க்கிறேன்.

இன்றைக்கு மறுவாசிப்பு, மறுபார்வை, மேல் சிந்தனை என்கிற சொற்றொடர்களை எல்லாம் நீங்கள் கேட்டிருக்கலாம். இதுவரைக்கும் எது வரலாறு என்று சொல்லப்பட்டதோ, அதுவல்ல வரலாறு. எது ஆன்மிகம் என்று சொல்லப்பட்டதோ,

அதுவல்ல ஆன்மிகம். ஒரு மாற்றுக் கலாசாரம், ஒரு மாற்று வரலாறு பதிவுசெய்ய இன்றைக்கு எழுத்துலகம் முன்வருகிறது.

யாருடைய குரல்கள், பதிவு செய்யாமல் விடுபட்டதோ அந்தக் குரல்களைப் பதிவுசெய்ய வேண்டிய நிர்ப்பந்தம் உருவாகியிருக்கிறது.

"எழுதப்பட்ட வரலாறை எல்லாம் திருத்தி எழுதுவதுதான் நமக்கு முன்னுள்ள வேலை" என்றார் வரலாற்று ஆசிரியரான டி.டி.கோஸாம்பி. இதுவரை எழுதப்பட்டதெல்லாம் அரசர்களின் வரலாறு; மேல்சாதியினரின் வரலாறு.

இதுவரை பேசப்பட்டது எல்லாம் மேல்சாதியினரின் இலக்கியம்; மேல் ஜாதியினருக்கான கலைகள்; பெருவாரியான மக்கள் திரளின் வரலாறு, இலக்கியம், கலைகள் எங்கே போயின? இதைச் சொல்வதுதான் மாற்றுக் கலாச்சாரம். இதைக் கூட ஒரு வசதிக்காக மாற்றுக் கலாச்சாரம் என்று சொல்கிறோமே தவிர, இதுதான் உண்மையான கலாச்சாரம், உண்மையான வரலாறு.

பிற்படுத்தப்பட்டவர்களுக்கும், தாழ்த்தப்பட்டவர்களுக்கும் அடித்தளத்தில் பொருளாதாரத்தில் ஒரே மாதிரியான நிலை இருந்தாலும், வழிபடுவதில் ஒருமித்த கருத்து இல்லையே? சண்டை, சச்சரவுகள் அதிலிருந்துதானே கிளம்புகின்றன?

தெய்வங்கள் பொதுவாகவே இருந்திருக்கின்றன. மாரியம்மனை எல்லாரும் கும்பிட்டாலும், அந்தத் தேரைத் தொட்டு இழுக்கிறபோதுதான் சிக்கல் வருகிறது. இது சாதிய அடிப்படையில் கோயிலைப் பேண முயல்கின்றபோது வருகிற தகராறு.

இன்னும் சொல்லப்போனால் தாழ்த்தப்பட்டவர்கள் வணங்குகிற தெய்வங்களை மற்ற சாதியினர் வணங்குவதும் தமிழ்நாட்டில் உண்டு. அவர்களது தெய்வங்களைப் புறந்தள்ளுவது இல்லை.

நாட்டார் தெய்வங்களில் வேறுபாடில்லை. தெய்வ வழிபாட்டில் அதற்கான சமூக உறவுகளில் மட்டுமே சிக்கல். ஒன்று செய்தால் போதும். இந்தியாவில் பல பிரச்னைகள் தீர்ந்துவிடும். மதம் மாற அனுமதித்தது மாதிரி, சாதி மாற ஏன் இந்திய அரசியல் சட்டம் அனுமதிக்கவில்லை? சாதி

காரணமான மேல், கீழ் என்கிற அடக்குமுறையை ஏன் அது பேணிப் பாதுகாக்கிறது?

இந்திய நாட்டின் குடியரசுத் தலைவர் பொறுப்புக்கு தலித் சமூகத்தைச் சேர்ந்த ஒருவர் வரலாம். ஆனால் பெருந்தெய்வக் கோயிலுக்குள் இருக்கிற கருவறைக்குள் இருக்கிற பத்தடி வெளிக்குள் மட்டும் அவருக்கு அனுமதி கிடையாது.

ஏன் அந்த உரிமையை ஒரு குறிப்பிட்ட சாதிக்கானதாக வைத்திருக்கிறது அரசியல் சட்டம்? இதை எடுப்பதில் என்ன சிரமம்? என்னதான் வேதம் படித்தாலும், பிறப்பு காரணமாக அந்த வெளி மற்றவர்களுக்கு மறுக்கப்பட்டுக்கொண்டிருக்கிறது.

முதலில் சாதிய மறுப்பைக் கோயில் கருவறைகளில் இருந்து துவக்குங்கள். பிறப்பு வழிப்பட்ட மேலாண்மையைக் கோயில்களின் மூலமாக தக்க வைத்துக்கொள்கிற வரைக்கும் ஆன்மிக அதிகாரத்தையும், அதன் மூலம் அரசியல் அதிகாரத்தையும் உயர்சாதி தக்க வைத்துக்கொண்டிருக்கிறது.

எனவே மேல், கீழ் என்கிற அடுக்கு முறையை நியாயப்படுத்துகிற எல்லாமே பிராமணியம்தான். அது ஒரு ஒடுக்குமுறைக் கருத்தியல், அது பிராமணர்கள் இல்லாத இடத்திலும் இருக்கிறது. எப்போது பிற்படுத்தப்பட்ட ஒருவர், தாழ்த்தப்பட்டவரை சாதியின் பெயரால் ஒடுக்குகிறாரோ, அந்த ஒடுக்குமுறை உறவுக்குப் பெயர் பிராமணியம் என்று நாம் சொல்கிறோம். ஏனென்றால் இதைக் கற்றுக் கொடுத்தது அவர்கள்தான்.

முதலாளித்துவம் என்று இதை மார்க்சிஸ்டுகள் சொன்னார்கள். இதையே பிராமணியம் என்று சொன்னார் பெரியார். அதுதான் வித்தியாசம்.

சாதி முறையை அரசியல் சட்டம் பேணுகிறது என்று பெரியார் சொன்னதில் என்ன தவறு? பிறப்பு வழிப்பட்ட சாதிக் கொடுமைகளை அரசியல் சட்டம் நன்றாக உணர்ந்திருக்கிறது. அதே சமயம் கோவில் கருவறை என்று வருகிறபோது அதே சாதி அடுக்கை அது பாதுகாக்கிறது.

'அனைத்துச் சாதியினரும் அர்ச்சகராகலாம்' (2021ல் 'அனைத்துச் சாதியினரும் அர்ச்சகராகலாம்' என சட்டம்

வந்துவிட்டது.) என்று சொன்னால் அதைக் கவனமாக நிராகரிக்கிறது. இதைச் சொன்னால் நம்மில் பலருக்கு உறுத்தலாகத் தெரியலாம். ஆனால், இதுவே நடைமுறை உண்மை.

இந்த உணர்வைப் பெருவாரியான மக்களிடம் எடுத்துக் கொண்டுபோவதற்கான அமைப்புகள் இன்றைக்கு இருக்கிறதா?

சில அமைப்புகள் இருக்கின்றன. ஆனால், பெரியார் பெயரைச் சொல்கிறவர்களிடம் அந்த அமைப்புகள் நிச்சயமாக இல்லை. அம்மாதிரியான சிந்தனையும், செயல்பாடும் இருக்கவே செய்கின்றன.

திராவிட இயக்கங்கள் நீர்த்துப்போய்விட்டன. இதற்குக் காரணம் வாக்கு வங்கி அரசியல். இருந்தாலும் அவர்களது செயல்பாட்டையும், தேவையையும் நிராகரித்துவிட முடியாது.

பண்பாட்டுச் சிதைவுகள் பற்றி விரிவாக எழுதியிருக்கிறீர்கள். உலகமயமாக்கல், தாராளமயமாக்கல் என்கிற உரத்த கோஷங்களின் பின்னணியில் நிறைய மாற்றங்கள் இப்போது நடக்கும்போது எதை தமிழ்ப் பண்பாடு என்று சொல்லமுடியும்?

பெருவாரியான மக்கள் இன்னும் பண்பாட்டுடனே வாழ்கிறார்கள். மூச்சு விடுகிறோம் என்கிற தன்னுணர்ச்சியுடன் நாம் மூச்சு விடுவதில்லை. அது மாதிரி இயல்பாகவே தம் சமூகம் ஒரு பண்பாட்டுப் பின்னணியுடன் இயங்கிக்கொண்டிருக்கிறது. பண்பாடு என்பது மூளையில் உறை நிலையில் இருக்கிறது. சில நேரங்களில் அது நிலத்தடி நீர் போல இருக்கிறது.

சமூகத்தின் பண்பாட்டை அதன் தேவையை நீங்கள் உணரும்போதே, உணரமுடியும். பண்பாடு மீறப்படும்போது அதை உங்களால் உணரமுடியும். பண்பாட்டைப் புரிந்து கொள்வது ஆராய்ச்சியாளர்களின் வேலை. ஆனால் மக்கள் அதனுடனையே இயங்கிக்கொண்டிருக்கிறார்கள்.

பண்பாடு என்பது பொருள் உற்பத்தியுடன் தொடர்புடையது. அந்தப் பொருள் என்பது என்னவாக வேண்டுமானாலும் இருக்கலாம். இன்றைக்குப் பன்னாட்டு மூலதனம் என்கிற பெயரில் நம் பண்பாட்டின் நுட்பமான

வேர்கள் அழிக்கப்படுகின்றன, நுகர்வுக் கலாசாரம் மூலம். அது பொருளாக்கத்திற்கான எதிரான கலாச்சாரம்.

இருபத்தைந்து ஆண்டுகளுக்கு முன்பு கிராமத்துக் குழந்தைகள் பனை ஓலைகளில் காற்றாடி செய்வார்கள். பூவரசு இலையை வைத்து ஊதல் செய்வார்கள். சிறு பொருளையேனும் தானே ஆக்கிக் கொள்கிற அந்தக் கலாச்சாரம் இப்போது அடிபட்டுப் போய்விட்டது. இப்போது எந்தக் குழந்தையும் தானே ஆக்கிக் கொள்வதில்லை.

எல்லாம் கடைகளில் வாங்கிக் கொடுக்கப்பட்டு 'ஆக்கம்' என்கிற சுயமான உற்பத்தி உணர்வு அடிபட்டுப் போய்விடுகின்றது. இதைத்தான் அறுந்துபோன நுட்பமான வேர் என்று சொன்னேன். இப்படி நுகர்வுக் கலாச்சாரத்தின் பின்னணியில் நாம் இழந்தவை பல.

மண்பானை செய்பவனுக்குப் படிப்பு இல்லாமல் இருக்கலாம். ஆனால், தரமான மண்பானையை வடிவமைக்கத் தெரியும். தொழில்நுட்பம் தெரியும். நுகர்வுக் கலாச்சாரம் வந்ததும் இன்றைக்கு ஒரே சீரான பிளாஸ்டிக் குடங்கள் வந்துவிட்டன. மண்பானைத் தொழில்நுட்பம் பின்னுக்குப் போய்விட்டது.

உலகமயமாக்கல் என்பதற்குப் பின்னால் நமது பண்பாடு அழிக்கப்பட்டுக் கொண்டிருக்கின்றது. தஞ்சை, மதுரை, நெல்லையில் முன்பு விதவிதமான பித்தளைப் பாத்திரங்கள் இருக்கும். இப்போது அந்தப் பன்முகத் தன்மை அழிந்து போய்விட்டது.

இதற்கு முக்கியக் காரணம் பன்னாட்டு மூலதனமும், அதற்கு எடுபிடிகளாக இருக்கக் கூடிய நம்முடைய தகவல் தொடர்பு ஊடகங்களும்தான். இவை கொடூரமான வன்முறையை நமது பண்பாட்டின் மீது நிகழ்த்துகின்றன.

பாரம்பரியமாக நாம் உப்பைப் பயன்படுத்துவதை எதிர்க்கிற விதத்தில் 'நிறுத்து' என்று அதிகாரத் தொனியில் தொலைக்காட்சி விளம்பரம் வருகிறது! அதில் வன்முறை இல்லையா? 'உங்கள் மேனியின் சிவப்பழகு' என்று சொல்வதில் வன்முறை இல்லையா? கருப்பாக இருக்கும் பெருவாரியான மக்களை அழகில்லை என்று தாழ்த்திவிட முடியுமா? சிவப்பு மட்டும்தான் அழகா? ஆயுத

வன்முறையைவிட இது கொடூரமான வன்முறை இல்லையா? அரசியல் ஒடுக்குமுறையிலிருந்துகூட விடுபட்டு விடலாம். இந்தப் பண்பாட்டு ஒடுக்குமுறையிலிருந்து விடுபடுவது கஷ்டம்.

சௌகரியம் என்று கருதித்தானே நுகர்வுக் கலாச்சாரத்திற்குப் பலரும் ஆட்படுகிறார்கள்?

யாருடைய சௌகரியத்திற்காக இதை அனுமதிக்கிறார்கள்? நுகர்வுக் கலாச்சாரம் நமக்கானது என்றால், இதில் நாம் என்றால் யார்? நம்மைப் போல நகர்ப்புறம் சார்ந்த, படித்த, உத்தரவாதமான, மாதச் சம்பளம் வாங்குகிற, குளிர்சாதனம் அல்லது மின் விசிறிக்குக் கீழ் வேலை பார்க்கக் கூடிய நாமா? அல்லது காடு, கழனிகளில் வேலை பார்க்கக் கூடியா நாமா? தீப்பெட்டித் தொழிற்சாலைகளில் வெக்கைக்கிடையில் வேலை பார்க்கும் குழந்தைகளின் நாமா?

'நாம்' என்கிற சொல்லாடலை நமக்கு சௌகரியமாக உருவாக்கிக் கொள்கிறோம். ஆனால், இது பெருவாரியான மக்களின் நலனுக்கு எதிரானது என்பதை நாம் ஒப்புக்கொள்ள வேண்டும்.

இயந்திர கதியிலான நுகர்வுக் கலாச்சார வேகத்திற்கிடையில் நமது தனித்த பண்பாட்டைத் தக்க வைத்துக் கொள்வது சாத்தியம் தானா?

நாம் இன்னும் அந்த அளவுக்குப் பண்பாடு அற்றவர்களாக மாறிப் போய் விடவில்லை. இன்னும் பேருந்தில் கர்ப்பிணிப் பெண் வந்தால் எழுந்து இடம் கொடுக்கிறார்கள். இன்னும் நாம் விலக்கப்பட்ட உறவுமுறையில் திருமணம் செய்யப் போகவில்லை.

குழந்தைகளின் மீதான வன்முறையை நாம் இன்னும் நியாயப்படுத்தவில்லை. இன்னும் இறந்து போன மனித உடலுக்குச் செய்கிற மரியாதை போன்ற பழக்கங்கள் தொடர்கின்றன. பண்பாட்டின் நுட்பமான வேர்கள் சிதைக்கப்பட்டு கொண்டிருந்தாலும், முழுக்க அறுபட்டுப் போய்விடவில்லை.

பண்பாட்டுச் சிதைவுக்கு எதிரான குரல் இன்றுள்ள சூழ்நிலையில் எந்த அளவுக்கு எடுபடும்?

படித்து உணர்ந்தவர்கள்தான் இதை மக்களிடம் கொண்டு போக வேண்டும். இந்நிலையில் வலுவான கருவிகளான

ஊடகங்கள் எல்லாம் மக்களுக்கு விரோதமாக இருக்கின்றன. இதில் வெற்றி பெறுகிறோமா, தோல்வி பெறுகிறோமா என்பதல்ல விஷயம். இதையும் மீறி நாம் தொடர்ந்து இயங்க வேண்டும். ஒரு கட்டத்தில் வணிக நலன்களுக்கு எதிராக மக்கள் வருவார்கள்.

பிலிப்பைன்ஸில், அர்ஜென்டினாவில் கிளர்ந்து எழுந்ததைப் போல இங்கும் வருவார்கள். நான்கு ஆண்டுகளோ, பத்து ஆண்டுகளோ கட்டாயம் இப்படி ஒரு குரல் எழும்பும். எல்லாவற்றையுமே இழக்க யார் சம்மதிப்பார்கள்?

அதே சமயம் மக்கள் பண்பாடு புது விஷயங்களை வரவு வைத்துக்கொண்டு இருக்கிறது. மிளகை மட்டுமே பயன்படுத்திக் கொண்டிருந்தவர்கள் மிளகாயை வரவு வைக்கவில்லையா? உருளைக்கிழங்கு, பீட்ரூட், கேரட்டை வரவு வைக்கவில்லையா?

ஆனால் பன்னாட்டு நிறுவனங்கள் நினைக்கிற வேகத்தில் இங்கு மாற்றம் நடக்காது. இத்தகைய பண்பாட்டுப் படையெடுப்புகளை எதிர்க்கக் கூடிய ஆற்றல் இன்றைக்கு இல்லை. வலி கடுமையாக உணரப்படுகிறபோது எதிர்ப்பாற்றல் வரத்தான் செய்யும்.

இருந்தும் நுகர்வுக் கலாசாரமும் பண்பாட்டுச் சிதைவும் ஒழுங்கமைக்கப்பட்ட அளவுக்கு, எதிர்ப்பு இங்கு ஒழுங்கமைக்கப் படவில்லையே?

ஒழுங்கமைவு என்பதே அதிகாரக் கட்டமைப்பு சார்ந்த சொல். மக்கள் சம்பந்தப்பட்ட எதுவும் தோராயமாக இருக்கலாம். ஆனால், துல்லியமாக இருக்க முடியாது. ஒவ்வொரு நாட்டிலும் அதனதன் தன்மைக்கு ஏற்பவே எதிர்ப்புக்குரல் வெளிப்படும். இயற்கை வளங்கள் சார்ந்த குரல் இப்போது இங்கு கேட்கிறது.

பாலிதீன் பைகளை, பிளாஸ்டிக் குவளைகளை எதிர்த்து அரசே பேச வேண்டிய தேவை இருக்கிறது. இயற்கைச் சாயத்திற்கான ஆதரவு இருக்கிறது. இப்போது அறிமுகப்படுத்தப்படுகிற எதுவும் நிரந்தரமில்லை என்பதையே இது வலியுறுத்துகிறது.

பண்பாடு என்பது கற்றுக் கொண்டிருக்கிற போதே, அடுத்த தலைமுறைக்குக் கை மாற்றுகிற விஷயம். அப்பாவிடமிருந்து பிள்ளைக்கு வருவது மட்டுமல்லாமல், தாத்தாவிடமிருந்து

பேரன், பேத்திக்கு வருவதுதான் பண்பாடு. அப்படிக் கைமாற்றிக் கொடுக்கிறபோது, நீண்டகாலப் பயனுடையதாக இருக்க வேண்டும் என்கிற உணர்வும், மெதுவாக உருவாகிக் கொண்டிருக்கிறது.

ஓராண்டு காலம் மட்டும் உயிரோடு இருக்கிற முருங்கை மரத்தை அருப்புக்கோட்டை பகுதிகளில் அறிமுகப்படுத்திப் பார்த்தார்கள். மக்கள் ஏற்றுக் கொள்ளவில்லை. உடனடிப் பயன்பாட்டை நாம் ஏற்றுக் கொள்ளவில்லை. கூடுதலான விளைச்சலை எதிர்பார்த்து விவசாய நிலத்தைக் கெடுத்து விட்டோம் என்ற குற்ற உணர்வு விவசாயிகளிடம் இருப்பதும் பலமான அம்சம்.

படித்தவர்கள், குறிப்பாகத் தன்னுடைய பலனைப் பேணுவதில் மட்டுமே அக்கறை காட்டக் கூடிய மாத சம்பளக்காரர்கள் மீதும், அதிகாரிகள் மீதும் அவர்கள் நம்பிக்கை இழக்க ஆரம்பித்து விட்டார்கள். இது எங்கே போய் முடியும்?

இந்தக் கருத்துக்கள் மக்களிடம் எந்த விதமான சலனத்தை ஏற்படுத்த முடியும்?

இப்போதுதான் சலனங்கள் துவங்கியிருக்கின்றன. இது காலப்போக்கில் பெருகும். குறையாது. மரபுவழிப்பட்ட எல்லா நிறுவனங்கள் மீதும் மக்கள் நம்பிக்கையாக இருந்து கொண்டிருக்கிறார்கள். எந்த அரசியல்வாதியையும் நம்பத் தயாராக இல்லை. எந்தப் படித்தவனையும் நம்பத் தயாராக இல்லை.

எனவே பிரச்சினைகள் கடுமையாகி தங்களின் கழுத்தை நெருக்குகிற நிலை உருவாகிறபோது மக்கள் எப்படி எதிர்வினை ஆற்றுவார்கள் என்று சொல்லமுடியாது. பன்னாட்டு நிறுவனங்கள் எந்த அளவுக்கு நெருக்கடி கொடுக்கிறார்களோ அந்த அளவுக்கு எதிர்வினையும் இருக்கும்.

பாரம்பரியமான உறவுமுறை சிதைந்திருக்கிறது. சொத்துரிமை முறையும் சிதைந்திருக்கிறது. நகரமயமாதல் என்கிற போக்கும் சில மாற்றங்களை உண்டாக்கத்தான் செய்யும். இந்த விஷயங்கள் சிதைந்து கொண்டிருப்பதைக் கடுமையாக உணரும்போது அதற்கான மாற்றத்தைத் தேடுகிற மனநிலை உருவாகும். ஆனால் தேட விடாமல் உறவுகள் அதே நிலையில் இருப்பதான

மயக்கத்தை ஏற்படுத்திக் கொண்டிருக்கின்றன காட்சி வழி ஊடகங்கள். சிதைந்து கொண்டிருக்கின்ற கட்டமைப்பை உயிரோடு இருக்கிற மாதிரி காட்டுகின்றன இந்த ஊடகங்கள்.

எதிலுமே நம்பிக்கையிழக்கிற மனநிலைக்கு மக்களைத் தள்ளுவது இன்னொரு அபாயத்தை விளைவித்து விடுமில்லையா?

நம்பிக்கையின்மையின் காரணமாக சில விதங்களில் சமூக மாற்றங்கள் நிகழும். முதலாவது வன்முறைகள், அதிலும் வக்கிரமான வன்முறைகள். இரண்டாவது குடும்ப அமைப்புகளில் அதிர்வுகள் இருந்தாலும் சாதி அமைப்பு சிதையவில்லை. ஏனென்றால் இன்னமும் அரசாங்கமும் காவல்துறையும் தராத பாதுகாப்பை கிராமப்புறத்தில் இருப்பவர்களுக்குத் தருகிறது சாதி.

பொருளாதாரப் பாதுகாப்பைத் தராவிட்டாலும், உணர்வுரீதியான பாதுகாப்பை அது தருகிறது. இன்னும் கூடுதல் பாதுகாப்பைப் பெற சாதி அரசியல் அதிகாரத்தைத் தேடுகிறது.

எல்லாவற்றிற்கும் காரணம் பாதுகாப்புணர்வு. நகர்ப்புறங்களில் இந்தப் பாதுகாப்புணர்வைத் தொழிற்சங்கம் கொடுக்கிறது. சாதி ஒழிப்பு என்பது சாத்தியமில்லை. சாதிக்கரைப்புதான் சாத்தியம். 'கலப்புமணம்' இதற்குத் தீர்வு என்றும் நான் நம்பவில்லை.

ஹோலிப் பண்டிகைக்கு இன்றைக்கு இங்கும் வரவேற்பிருக்கிறது. தேசியம் பரவலான அடையாளமாக அதைச் சொல்கிறார்கள். கூடவே காதலர் தினம், அன்னையர் தினம் கொண்டாடுவதெல்லாம் எதனுடைய அடையாளம்?

பல்வேறு பகுதிகளின் மொத்தக் கலாச்சாரத்தையே நாம் இந்தியக் கலாச்சாரம் என்று சொல்கிறோம். திருவிழா என்பது ஒரு சமூகம் இளைப்பாறிக் கொள்கிற நிகழ்ச்சி. அதன் மூலம் அது புத்துயிர் பெறும், வெயிலில் நடப்பவன் நிழலில் ஓய்வெடுக்கிற மாதிரி. ஆனால் இளைப்பாறுவதையே முழுநேரத் தொழிலாக நமது ஊடகங்கள் ஆகிவிட்டன. ஒவ்வொரு திருவிழாவும், அந்த மக்களின் உற்பத்தி சார்ந்த வெளிப்பாடு.

அறுவடை முடிந்து கோடைக் காலத்தில் நமது திருவிழாக்கள் வரும். இப்போது நுகர்வுக் கலாச்சாரத்திற்குத் தீனி போடக்கூடிய விஷயமாகி விட்டன புதுப்புதுத் திருவிழாக்கள். சுயமான அறிவு

உற்பத்தியும் சுயமான பொருள் உற்பத்தியும் இருக்கிற இடத்தில் தான் அதற்கென்று தனிக் கலாச்சாரமும் இருக்கும். அதை நாம் இழந்து கொண்டிருக்கிறோம்.

திராவிட இயக்கங்கள் எழுச்சி பெறுகிற காலத்தில் பொங்கலைத் தமிழர்களின் திருநாளாக அடையாளங் காட்டினார்கள். இன்றைக்கு ஹோலிப் பண்டிகைக்கு வாழ்த்துச் சொல்லிக் கொண்டிருக்கிறார்கள் அதே இயக்கத் தலைவர்கள்.

பொதுநலம் பேசுகிறவர்கள் தன்னுடைய கோப உணர்ச்சியைக் கைவிட்டு விடக்கூடாது அதுபோல மான, அவமானம் பார்க்கக் கூடாது. அப்படி எந்த எதிர்ப்பையும் மீறி செயல்பட்டவர் பெரியார். அவரிடம் இருந்த பொதுநலம் சார்ந்த கோபம்தான் இன்றையத் தேவை.

மணாவின் தொகுப்பில் வெளியான
'ஆளுமைகள், சந்திப்புகள், உரையாடல்கள்'
- நேர்காணல்கள் தொகுப்பு நூலிலிருந்து ஒரு பகுதி

மறைந்திருக்கிறது தமிழ் மரபைப் பேசிவந்த நெல்லைக் குரல்!

தொ.பரமசிவன்...

பாளையங்கோட்டையிலும், மதுரையிலும் எத்தனையோ முறை அவரைச் சந்தித்திருக்கிறேன்.

நண்பர் நிஜ நாடக இயக்க மு.ராமசாமி மூலம்தான் எனக்கு அறிமுகமானார். சிலரை, முதல் சந்திப்பே நெருக்கமாக உணர வைத்துவிடும். அப்படி இருந்தார் தொ.ப.

ஆழ்ந்த வாசிப்பும், தனித்த பார்வையும் இருந்தாலும், பழகுகிற போது எல்லாவற்றையும் ஓரம் கட்டி வைத்துவிட்டு அந்நியத்தன்மையை உணர வைக்காதபடிப் பேசுவார்.

பேராசிரியப் பின்புலம் உள்ளவர்களிடம் இயல்பைப் போலிருக்கும் இறுக்கம் இவரிடம் இல்லை. பேசுகிற விஷயத்திற்கேற்ப உற்சாகம் கொப்பளிக்கும் அவரிடம்.

'அறியப்படாத தமிழகம்' என்ற அவருடைய நூல் அப்போது வெளிவந்திருந்து கவனம் பெற்றிருந்தது. அவருடைய ஆய்வேடான 'அழகர்கோவில்' பல முனைவர் பட்ட ஆய்வேடுகளிலிருந்து தனித்திருந்தது.

நான் பணியாற்றிய பல பத்திரிகைகளில் அவர் பங்கேற்றிருக்கிறார். எழுதியிருக்கிறார். குமுதம் வார இதழில் நான் எழுதிவந்த பிரபலான 'தமிழகத் தடங்கள்' நூலுக்காகத் தமிழகம் முழுக்க வரலாற்று எச்சமான பல இடங்களுக்குப் போயிருந்தேன்.

திருநெல்வேலிக்குப் போனபோது தகவலைச் சொன்னதும், போனில் சொன்னார்.

"நேரே நம்ம வீட்டுக்கு வந்துருங்க.. போயிறலாம்."

பாளையங்கோட்டையில் உள்ள அவருடைய வீட்டுக்குப் போனதும், உபசரித்துவிட்டு, டி.வி.எஸ்50 வாகனத்தில் உட்கார வைத்து அவரே ஓட்டிக்கொண்டு போனார்.

ரெய்னீஸ் அய்யர் தெருவுக்கு முதலில் போனோம். வண்ணநிலவனை நாவல் எழுத வைத்த தெரு அது.

தெருவின் நடுவில் இருந்தது ரெய்னீஸ் அய்யரின் கல்லறை.

அவர் மதப்பாகுபாட்டை மீறிச் செய்த செயல்களால் சர்ச் தலையிட்டு அவருடைய மரணம் கூடப் புறக்கணிக்கப்பட்ட நிலையில், அவருடைய சடலத்தைத் தெருவில் அடக்கம் செய்ய வேண்டியிருந்த அன்றைய சமூகச் சூழலைப் பற்றி உணர்ச்சிபூர்வமாகச் சொல்லிக் கொண்டு வந்தார் தொ.ப.

அடுத்து என்னை பாளையங்கோட்டையில் உள்ள கிளாரிந்தா சர்ச்சுக்கு அழைத்துப் போனார். தமிழகத்தின் தொன்மையான ஆலயங்களில் அதுவும் ஒன்று.

எளிமையான அழகுடன் இருந்தது அந்த சர்ச். பக்கத்தில் இன்னும் 'பாப்பாத்தியம்மா கிணறு' என்றழைக்கப்பட்ட கிணறு. தண்ணீர்ப்பஞ்சம் நிலவிய காலத்தில் அந்தக் கிணற்றை உருவாக்கியவர் கிளாரிந்தா.

மாதவய்யா கிளாரிந்தாவைப் பற்றி ஒரு நாவல் எழுதியிருந்தாலும், தொ.பா., கிளாரிந்தாவின் கதையைச் சொல்லிக் கொண்டு போன விதம், ஒரு தேர்ந்த கதைசொல்லிக்கான சொல்லாடல்களுடன் நேர்த்தியாக இருந்தது.

சதி என்கிற உடன்கட்டை ஏறும் வழக்கம் உச்சத்தில் இருந்தபோது, கிளாரிந்தாவின் கணவர் இறந்தபோது, உறவினர்கள் அவரை கணவரின் உடலுடன் சேர்ந்து உடன்கட்டை ஏறி

உயிரிழக்க வைக்கப் பிரயத்தனப்படுகிறார்கள். கிளாரிந்தா மன்றாடியும் விடவில்லை.

அந்தச் சமயத்தில் ஆங்கிலேய அதிகாரி தலையிட்டு கிளாரிந்தாவை எதிர்ப்புகளை மீறி மீட்டுச் செல்கிறார். நேரே நெல்லைக்குப் போகிறார்கள். இளம் விதவையான கிளாரிந்தாவை மணக்கிறார் அந்த அதிகாரி. மதம் மாறிய கிளாரிந்தா நெல்லையில் ஆலயம் கட்டி, கிணறு வெட்டி தன்னுயிரை மீட்டுக் கொடுத்த நெல்லைக்கு உதவி அங்கேயே இறக்கிறார்.

இதை திருநெல்வேலிக்கான வட்டார வழக்கில் தொ.ப விறுவிறுவென்று சொல்லி முடித்தபோது அடைமழை பெய்து ஓய்ந்ததைப் போலிருந்தது.

அருகில், வாஞ்சிநாதனால் சுட்டுக் கொலப்பட்ட ஆங்கிலேய அதிகாரியான ஆஷ்துரையின் அழகான சலவைக் கல்லினால் ஆன கல்லறையைச் சுட்டிக்காட்டிவிட்டு தொ.ப சொன்னார்,

"பாருங்க.. இங்கே ஆங்கிலேயங்க ஆட்சியில் இருந்தப்போ அவங்களுக்காக உயிரிழந்தவர்களை வரலாற்றுக்குக் காட்டுவதற்காக எப்படி எல்லாம் நினைவுச் சின்னம் எழுப்பியிருக்காங்க.. வாஞ்சிநாதன் அடக்கம் செய்யப்பட்ட இடம் நமக்குத் தெரியலை... கட்டபொம்மனைக்கூட தூக்கிலே போட்ட இடம் தெரியுது. அவரை அடக்கம் பண்ணிய இடம் தெரியலை... நம்மோட வரலாறு எப்பேர்ப்பட்ட மூளித்தனங்களோட இருக்கு பார்த்தீங்களா?"

பெருமூச்செறிந்தபடி தொ.ப சொன்னபோது, அவருடைய முகத்தில் தேங்கியிருந்த உணர்வு இப்போதும் நினைவில்.

குமுதம் நிறுவனத்தில் இருந்து 'தீராநதி' இலக்கிய இதழைக் கொண்டு வருவதாக முடிவானதும், பாளையங்கோட்டையிலிருந்த தொ.ப.வைத் தொலைபேசியில் தொடர்பு கொண்டு, முதல் இதழில் அவருடைய விரிவான நேர்காணல் வெளிவர வேண்டும். எப்போது வரலாம்? என்று கேட்டபோது, நேரே மதுரைக்கு வரச்சொன்னார்.

மதுரையிலுள்ள விடுதி ஒன்றில் இரண்டு அமர்வுகளாக ஆறு மணி நேரத்திற்கும் அதிகமாகப் பேசினோம். பதிவு

செய்துகொண்ட பிறகு விடுதியிலுள்ள மாடிக்கு அழைத்துச் சென்று புகைப்படங்கள் எடுத்தபோது, அதில் அவர் ஆர்வம் காட்டவில்லை.

தமிழகத்தின் தொன்மை, மக்கள் சார்ந்த சாமிகளின் மரபு, பெரியாரின் தாக்கம், மார்க்சீயப் பின்புலம், திருவிழாக்கள், சடங்குகள் என்று பல்வேறு திசைகளில் பயணப்பட்ட தொ.ப.வின் நேர்காணல் தீராநதி இதழின் அட்டைப்படத்தில் இடம் பெற்ற நேர்காணலாக வெளிவந்து, முப்பதாயிரம் பிரதிகள் வரை சென்றடைந்தது.

எழுத்தாளர் சுஜாதா மனம்விட்டுப் பாராட்டினார். கமல்ஹாசனை நேரில் அப்போது சந்தித்தபோது, தொ.ப.வின் நேர்காணலின் சில பகுதிகளைப் பிரதியைப் பார்க்காமலே வேகமாகச் சொல்லி வியந்தார். தீராநதி இதழை எடுத்துக்காட்டி அதில் அடிக்கோடிட்டிருந்த பகுதிகளை எடுத்துக் காட்டினார். வாசகர்கள் மத்தியில் பெரும் வரவேற்பையும், சலனத்தையும் ஏற்படுத்தியது தொ.ப.வின் நேர்காணல்.

தீராநதி நேர்காணல் வெளிவந்து சில நாட்களுக்குப் பிறகு மன நெகிழ்ச்சியுடன் "எப்படிச் சொல்றதுன்னு தெரியலை... நமக்குக் கோபத்தைக் காட்டத் தெரியுது. எரிச்சலைக் காட்டத் தெரியுது. ஆனா... நன்றி சொல்றது நமக்கு இயல்பாக இல்லை. மணா... நிறையப் பேருக்கு என்னைக் கொண்டுபோய்ச் சேத்திருக்கீங்க... அதுக்கு நன்றி" என்று சிரிப்புடன் சொன்னார்.

நண்பர் பாமரனின் மகன் திருமணத்திற்கு நீரிழிவின் அவதிக்கிடையிலும் கோவைக்கு வந்திருந்தார் தொ.ப. அங்கு பார்த்ததும் அருகில் அழைத்தவர் தன்னுடைய கஷ்டத்தைக் கூடக் கேலி படரச் சொல்லிக்கொண்டிருந்தவர், நீரிழிவு பற்றிப் பரிவுடன் எனக்கு அறிவுரைகளைச் சொன்னார்.

"முதல்லே வாயைக் கட்டுங்க... வயிறும் கட்டுக்குள் வந்துரும்... என்னால் முடியாமப் போனதாலே தான் இப்படி இருக்கேன். நீங்க எல்லாம் கவனமா இருக்கணும்... என்ன?"

அன்பும், பரிவுமான அந்தக் குரல் மறைந்திருக்கிறது.

*

'இதுவே சனநாயகம்!'
- தொ.பரமசிவன்

பௌத்த பொய் வேதங்களும் – மதக் கொலைகளும் அரசர் தம் கூத்துகளும் வரலாறு நெடுகிலும் நிரம்பிக் கிடக்கின்றன.

ஆனால் இதுவே வரலாறு என்று கருதப்பட்ட இந்த நிகழ்வுகள் எல்லாம் இப்பொழுது மறுபரிசீலனைக்கு உட்படுத்தப்படுகின்றன.

'எழுதப்பட்ட வரலாற்று நூல்களைத் திருத்தி எழுதுவோம்' என்று எழுதிய அறிஞர் கோசாம்பி மேற்கிந்தியப் பகுதியில் தாய்த் தெய்வ வழிபாட்டின் செல்வாக்கினை எடுத்துக் காட்டினார்.

அடித்தள மக்கள் வாழ்விலிருந்தும் வாக்கிலிருந்தும் பெறப்படும் செய்திகளால் ஆக்கப்படும் வரலாறு மட்டுமே சனநாயகத் தன்மை உடையதாக அமைந்திருக்கின்றது.

வரலாற்றறிஞர் கே.என்.பணிக்கார், "மத சகிப்புத்தன்மை என்பது ஒரு கெட்ட வார்த்தை" என அண்மையில் கூறியிருந்தார்.

கள ஆய்விற்குச் சென்றவர்களால்தான் இந்த வார்த்தையின் கனத்தை அறிய இயலும். எளிய மக்கள் எந்த மதத்தையும் சகித்துக் கொண்டிருக்கவில்லை.

எல்லா மதங்களின் இருப்பையும் வாழ்வையும் தன் இயல்பாகவே அல்லது இயற்கையாகவே அவர்கள் ஏற்றுக்கொண்டிருக்கிறார்கள்.

நெல்லை மாவட்டத்தில் மேலச்செவலிலிருந்து களக்காடு செல்லும் சாலையில் 8 கிலோமீட்டர் போய்விட்டால் சிங்கிகுளம் என்ற சிற்றூர். ஊருக்குக் கிழக்கே ஒரு சின்னமலை.

மலை என்றால் சிறு புதர்களும் சில ஆலமரங்களும் கொண்ட 100 அடி உயரமுள்ள ஒரு நெடும்பாறை. அவ்வளவுதான். மலையின் மீது தெற்கு நோக்கி ஒரு சின்ன கோயில். கல்வெட்டு இருக்கிறது என்று ஊர் மக்கள் சொன்னார்கள்.

சாலையில் பகவதி அம்மன் கோவில் செல்லும் வழி என்று ஒரு விளம்பரப் பலகை. பலகையை ஒட்டிய குளத்துக்கரை மீது அரை கிலோமீட்டர் சென்றால், மலைக் கோயிலுக்குச் செல்லும் படிக்கட்டுக்கள். 150 படிகள் ஏறினால் கோயிலின் பின்பக்கம் உள்ள ஒரு சின்ன சுனையை அடையலாம்.

கோயிலுக்குள் சென்று பார்த்தபோது விழி கொள்ளாத வியப்பு அங்கே நமக்காக காத்துக் கொண்டிருந்தது. கோயிலின் தெற்கு வாசல் வழியாக உள்ளே நுழைந்தால் எதிரே பகவதி அம்மன் சன்னதி.

அது ஒரு சமணக் கோயில் என்பதை அறிந்தபோது நமக்குத் தாங்க முடியாத மகிழ்ச்சி. பகவதி அம்மன் சன்னதிக்கு மேற்கே கருவறையில் ஒரு தீர்த்தங்கரர்.

கி.பி. ஏழாம் நூற்றாண்டில் மதுரையில் ஆயிரம் சமணர்களைக் கழுவேற்றி சம்பந்தர் 'புண்ணியம்' தேடிக் கொண்ட பிறகும் தமிழ்நாட்டின் தென்பகுதியில் சமணம் பன்னிரண்டாம் நூற்றாண்டு வரை உயிரோடு இருந்தது.

நெல்லை மாவட்டத்தில் அங்கொன்றும் இங்கொன்றுமாகக் காடுகளிலும் வயல்களிலும் சிதறியும் உடைந்து கிடக்கும் தீர்த்தங்கரர்களின் திருமேனிகளே இதற்குச் சான்றுகளாகும்.

நெல்லை மாவட்டத்திலிருந்து சமணம் 'தொலைந்துபோய்' 700 ஆண்டுகள் ஆன பிறகும் இந்தக் கோயில் மட்டும் உயிரோடு நிற்கின்றது.

கோயிலைச் சுற்றி ஆராய்ந்தபோது, தீர்த்தங்கரர் இருக்கும் கருவறையைச் சுற்றி வெளிப்புறமாக இருக்கும் கல்வெட்டு நமக்கு வரலாற்று உண்மையைச் சொல்கிறது. அந்த ஒற்றைக் கல்வெட்டிலிருந்து நமக்குக் கிடைத்த செய்தி.

இது ஒரு சமணப் பள்ளி (சமணர்களின் கோயில் என்று சொல்ல மாட்டார்கள்). இம்மலையின் பெயர் ஜீனகிரி. முள்ளிநாட்டுத் திடீயூரான ராசராச நல்லூரில் உள்ள இந்தப் பள்ளியின் பெயர் 'நியாய பரிபாலனப் பெரும்பள்ளி'.

இப்பள்ளி "எனக்கு நல்ல பெருமானான அண்ணன் தமிழ் பல்லவரையன்" பெயரால் எடுக்கப்பட்டுள்ளது.

இந்தத் தீர்த்தங்கரருக்கு இடப்பட்ட பெயர் 'எனக்கு நல்ல நாயகர்'. 24 தீர்த்தங்கரர்களில் இவர் யார் என்று அறியத் திருமேனியில் தடயங்கள் கிடைக்கவில்லை.

நெல்லை மாவட்ட பகுதியில் அம்பிகாயட்சி என்ற இசக்கி அம்மன் வழிபாடே இன்றும் செல்வாக்குடன் திகழ்கின்றது.

அம்பிகாவைப் பணிமகளாகக் கொண்டவர் 23 ஆவது தீர்த்தங்கரராகிய நேமிநாதர் என்பவர். கட்டப்பட்டபோது துணை சன்னதியாக இருந்த யட்சியின் சன்னதியே இன்று முதன்மைச் சன்னதியாகவும் தீர்த்தங்கரரின் கருவறைத் துணை சன்னதியாகவும் மக்களால் வணங்கப்படுகின்றன.

இக்கோயிலில் ரத்த பலி கிடையாது. கொடியேற்றம், திருவிழா கிடையாது. மக்கள் தாங்கள் விரும்பும் நாளில் பகவதி அம்மனுக்குப் பொங்கல் வைக்கின்றனர்.

தாங்கள் வணங்குகின்ற பகவதி அம்மன் ஒரு சமணத் தெய்வம் என்பதும், முனீஸ்வரர் என்ற பெயரால் அறியப்படும் தீர்த்தங்கரர் சமண மதத்தவர் என்பதும் வழிபடுகின்ற 'இந்து' மக்களுக்குத் தெரியாது.

வைதீகத்துக்கு எதிரான சமணமதம் இப்பகுதியில் காணாமல்போய் 700 ஆண்டுகள் ஆகிவிட்டன. ஆனபோதும் சமணப் பள்ளி ஒன்று தாய்த்தெய்வக் கோயிலாகக் கருதப்பட்டு அந்த நிலப் பகுதியில் உள்ள எல்லா மக்களாலும் பேணப்படுகின்றது, வழிபடப்படுகின்றது.

உலக வரலாறு நெடுகிலும் ஒரு பிரிவின் வழிபாட்டுத் தலத்தை மற்றவர் இடிப்பதும் அழிப்பதும் தொடர்ந்து நடைபெற்றுக்கொண்டே வருகின்றன.

அரசியல் என்பது மத அடிப்படைவாத அரசியலாக மாறிக் கொண்டிருக்கும் காலம் இது. ஆதரவற்ற பிள்ளையைத் தன் பிள்ளையாக எடுத்து வளர்த்து குடிப்பெருக்கம் செய்வதில், எளிய மக்களுக்கு எந்தத் தடையும் இல்லை.

அப்படித்தான் சிங்கிகுளம் மக்கள் சமணப் பள்ளியைப் பகவதி அம்மன் கோயிலாக்கி வாழ வைத்திருக்கிறார்கள்.

அடுத்தவர் வழிபாட்டிடத்தை அழிப்பதும் இடிப்பதும் அதிகார நாட்டம் உடையவர்கள் செய்கின்ற வேலை.

அரசர்களும் அமைச்சர்களும் அதிகாரிகளும் செய்கின்ற வேலை என்பதே அன்றும் இன்றும் வரலாறு.

சனநாயக உணர்வுள்ள எளிய மக்கள் அதனை ஒருபோதும் செய்யமாட்டார்கள்.

சிங்கிகுளம் நமக்குச் சொல்லும் செய்தி இதுதான்.

- தொ.பரமசிவன் 9வது உலகத் தமிழ் ஆராய்ச்சி மாநாட்டு சிறப்பு மலர் 2015

கமல்ஹாசனின் மிகப் பெரும் சாதனை!
- தொ.பரமசிவன்

அண்மையில் மறைந்த தமிழ்ப் பண்பாட்டு ஆய்வாளரான தொ.பரமசிவன் குறித்து பிக்பாஸ் நிகழ்ச்சியில்கூட பேசிய கமல், அவர் மறைந்ததும் உரிய மதிப்புடன் அஞ்சலியும் செலுத்தி இருக்கிறார்.

கமலைப் பற்றி சில ஆண்டுகளுக்கு முன்பு வெளியான நூலில், ஆய்வாளரான தொ.ப பகிர்ந்திருக்கும் அனுபவக் கட்டுரை இத்துடன்.

"கமல்ஹாசன் அவர்களோடு எனக்கு நேரடியான நட்பு மூன்று அல்லது நான்கு ஆண்டுளுக்குள்ளாகத்தான். திரு.ஞானசம்பந்தன் மூலமாக அவருடைய நட்பு கிடைத்தது. அது வலுவாக அமைந்ததற்கான காரணம், நான் அவருடைய சொந்த ஊருக்குப் பக்கத்து ஊரான இளையாங்குடியிலே 16 ஆண்டுகள் வேலை பார்த்தேன். பரமக்குடியில் தங்கியிருந்தேன்.

கமலுடைய கடைசி தாய்மாமா சாரதி என்பவர் என்னுடைய நண்பரானார். அவரும், அவருடைய நண்பர்களும் சேர்ந்து 'ஸ்டடி சர்க்கிள்' என்ற அமைப்பை உருவாக்கினார்கள். பதினைந்து நாட்களுக்கு ஒருமுறை அறிவார்ந்த விஷயங்களைக் கூடிப் பகிர்ந்துகொள்வது மட்டும்தான் அதனுடைய நோக்கம்.

அடுத்து சில நாட்களுக்குப் பிறகு அவருடைய தந்தையார் திரு.சீனிவாசன் அவர்களும் வந்து சேர்ந்தார்கள். அதற்கு முன் திரு.சீனிவாசன் அவர்களைச் சந்தித்திருக்கிறேன். ஆனால் பேசியதில்லை. இந்த ஸ்டடி சர்க்கிளுக்கு வந்தபிறகுதான் எங்களுக்குள் நட்பு உருவாயிற்று. அவர் உப்பிலி அய்யங்கார் கடையில்தான் சாப்பிட வருவார். நானும் அங்குதான் சாப்பிடப் போவேன். அங்கு பேசிக்கொண்டே சாப்பிடுவோம்.

அவரிடத்தில் உள்ள சிறப்பான அம்சம் என்னவென்று கேட்டால் வயதை மீறிய நகைச்சுவையுணர்ச்சி அவருக்குண்டு. கமல்ஹாசனுக்கு அப்பாவுடைய சாயல் என்று சொன்னால் அவருடைய கண்கள் அப்படியே இவருக்கு இருக்கிறது.

கமல்ஹாசனிடம் இருக்கும் நகைச்சுவையுணர்ச்சி அவர் அப்பாவிடம் இருந்து வந்ததுதான். அழுத்தமான நகைச்சுவையுணர்ச்சி அவருக்குண்டு. அது அவர் தந்தை அவருக்கு கொடுத்த சொத்து என்று நான் கருதுகிறேன்.

நான் 87லேயே பரமக்குடியை விட்டு வந்துவிட்டேன். அந்த ஸ்டடி சர்க்கிளும் அதற்குப் பிறகு தொடரவில்லை. அந்த ஸ்டடி சர்க்கிளிலே நல்ல அறிந்தவராக, நல்ல புத்தக வாசிப்பாளராக, இவருடைய சாரதி மாமா இருந்தார். அரசுப் பணியிலிருந்து விருப்ப ஓய்வு பெற்றிருந்தார்.

அவர் நல்ல வோரேஷியஸ் ரீடர். எனக்கு திரு.சாருஹாசன் அவர்களிடமும் நட்புறவு இருந்தது. அவரும் வோரேஷியஸ் ரீடர். எனவே இந்த வாசிப்புப் பழக்கம் என்பது இவருக்கு குடும்ப ரீதியாகவே வந்திருக்கிறது என்று நான் எண்ணுகிறேன்.

பத்திரிகையாளர் நா.முத்துசாமி என்பவர் இருந்தார். அவர் தான் இவருடைய குடும்பத்தைப் பற்றி மிகவும் பெருமையுடன் பேசிக் கொண்டிருப்பார். அவர் கம்யூனிஸ்ட் கட்சியில் இருந்தார். ஆனாலும் அவர் கமலின் அப்பாவுக்கு நெருங்கிய நண்பர். அவர் எப்போதும் நடந்துகொண்டே இருப்பார். அவரை மறதிக்காரர் என்று சொல்வார்கள். காரைக் கொண்டு நிறுத்திவிட்டு நடந்து வந்து விடுவார் என்று சொல்வார்கள்.

நான் பார்க்கிறபோது அவர் அசராமல் நடந்து கொண்டிருந்தார். 87க்குப் பிறகு எனக்கும் அவருக்கும் உறவு

இல்லாமல் போயிற்று. அந்த உறவு காரணமாக, அந்தத் தொடர்பு காரணமாகத்தான் திரு.கமல்ஹாசன் அவர்களுக்கு என் மீது தனி ஈடுபாடு ஏற்பட்டது என்று நான் நினைக்கிறேன்.

கமலின் தந்தையாருடன் வயது வித்தியாசம் இருந்தாலும் வயதை மீறிய நட்புணர்ச்சி அவர்களிடத்திலே உண்டு. இவரிடமும் இதை நான் பார்க்கிறேன். அவருடைய தந்தையாருக்குக் கலை இலக்கியங்களில் நல்ல ஈடுபாடு உண்டு. அரங்கராஜன் என்ற ஒரு வைணவர் உண்டு. அவர் கோயிலிலே பேச வந்தால் தவறாமல் இவர் வந்துவிடுவார்.

ஒருமுறை பரமக்குடியில் உள்ள பிராமணர் சங்கத்திலே பட்டிமன்றத் தலைப்புக் கொடுத்திருந்தார்கள். அதில் வித்தியாசமாக என்ன செய்தார்கள் என்றால், கமல்ஹாசனுடைய தந்தையையும், என்னையும் இரண்டு நடுவர்களாகப் போட்டிருந்தார்கள். கேட்டதற்கு "இவர்தான் போடச் சொன்னார்" என்றார்கள். அந்தப் பட்டிமன்றத்தில் அவர் "எனக்கு இலக்கியத்திலே அந்தளவுக்குப் பயிற்சி இல்லை. அதனால் நீங்கள் தீர்ப்பைச் சொல்லுங்கள்" என்றார்.

நானும் சிவபெருமான் வந்தது, பிள்ளைக் கறி கேட்டது, பிள்ளைக் கறி சமைக்கப்பட்டது அதுவரைக்கும் இலக்கியச் சான்றிருக்கிறது. ஆனால் சிவன் அதைச் சாப்பிட்டதாக பெரிய புராணத்தில் எந்தச் சான்றும் இல்லை. எனவே, இது குற்றமாகாது என்று தீர்ப்பளித்தேன். அந்தத் தீர்ப்பு அவருக்குப் பிடித்திருந்தது.

அவருடைய தந்தையார் காங்கிரஸ் தியாகி என்றும், காமராஜர் அவருடைய வீட்டுக்கு வந்திருக்கிறார் என்றும் நான் கேள்விப்பட்டிருக்கிறேன்.

அவர் கதர்தான் உடுத்தியிருப்பார். அரைக்கை ஜிப்பா ஒன்று போட்டிருப்பார். அதுதான் அவருடைய 'டிபிக்கல் டிரஸ்'. தலைமுடி நிறைய வளர்த்திருப்பார். யாரையும் கவனிக்காமல் நடந்துபோய்க்கொண்டே இருப்பார். அதுதான் அவருடைய வழக்கம். 87லே பரமக்குடியை விட்டு நான் கிளம்பிய பிறகு எங்களுக்கு இடையில் இருந்த உறவு தொடரவில்லை.

பிறப்பால் வைணவர்கள் இருந்தாலும் அவர் யாரிடமும் சாதி வித்தியாசம் பார்ப்பதில்லை. பரமக்குடியில் உள்ள எல்லா

சாதியாருடனும் அவர் நெருங்கிய தொடர்பு வைத்திருந்தார். எல்லா சாதி அமைப்புகளோடும் கூட அவர் நெருக்கமாக இருந்தார். அவருடைய மாமா சாரதி எல்லா சாதி ஆட்களோடும் ரொம்ப நெருக்கமாகப் பழகினார். சாதி வேற்றுமைக்கு அப்பாற்பட்ட குடும்பமாக அவர்களுடைய குடும்பம் இருந்தது.

நான் சாருஹாசன் அவர்கள் வீட்டிற்குச் சென்றபோது, அவர்கள் எல்லோருடனும் வேற்றுமை இல்லாமல் உணவு உண்பதைக் கண்டிருக்கிறேன். அவரும் பிறகு சென்னைக்குச் சென்று விட்டார்.

கமல்ஹாசனுடைய திரைத் துறை வாழ்க்கையைப் பற்றிப் பேசுவதாக இருந்தால் எம்.ஜி.ஆர்., சிவாஜிக்குப் பிறகு தமிழ்த் திரைப்பட உலகின் பேராளுமை அவர் என்றுதான் நான் கருதுகிறேன். எனக்குப் படங்களிலே அவ்வளவு ஈடுபாடில்லை. இருந்தாலும் கூட வாழ்வின் எல்லா விஷயங்களையும் எடுத்துக் காட்டக்கூடிய வல்லமையுடைய நடிகராக அவரை நான் பார்க்கிறேன்.

அவருடைய படங்கள் எல்லாவற்றிலும் அவர் எடுத்த படங்களானாலும் சரி, நடித்த படங்களானாலும் சரி அதில் மிகச்சிறந்த வீச்சை நாம் பார்க்கலாம். கடுமையான முயற்சி எடுத்துக்கொண்டு நடிப்பதையும், அவருடைய காட்சியாக்கத்தையும் நாம் பார்க்கலாம்.

இங்கே வந்திருந்தபோது 'மருதநாயகம்' திரைப்படம் பற்றி அவரும் நானும் பேச நேர்ந்தது. எனக்கு ரொம்ப வியப்பாக இருந்தது. ஏனென்றால் வாசிப்பாலும், சிந்தனையாலும், படிப்பாலும், உழைப்பாலும் மிகப் பிரமாண்டமாக அவர் வளர்ந்திருப்பதை நான் பார்க்க முடிந்தது.

18 ஆம் நூற்றாண்டின் நடுப்பகுதியில் மருதநாயகம் வரலாறு நிகழ்கிறது. அதைப் பற்றி நான் கேட்கிறபோதெல்லாம் "வாசிக்கிறேன்" என்றார். எனக்கு மிகவும் வியப்பாக இருந்தது. சிவாஜி சரித்திரம் வாசித்தேன் என்றார். மருது ஜமீன் வாசித்தேன் என்றார். நான் கேட்ட புத்தகங்களையெல்லாம் அவர் வாசித்தேன் என்றார். எனக்கு ரொம்ப வியப்பாக இருந்தது.

ஏனென்றால் ஒரு பேராசிரியரிடமோ அல்லது ஆராய்ச்சி மாணவரிடமோதான் இப்படிப்பட்ட விடைகளை நாம் எதிர்பார்க்க முடியும். அது மட்டுமல்ல, நான் வாசிக்காத பிரெஞ்சிலிருந்து ஆங்கிலத்துக்கு மொழிபெயர்க்கப்பட்ட ஒரு புத்தகத்தைக் கூட அவர் வாசித்திருக்கிறார்.

அதுபோல எனக்குத் தெரியாத பல விஷயத்தை அவரிடம் இருந்து நான் தெரிந்துகொண்டேன். குறிப்பாக, பெஸ்கி என்று சொல்லக்கூடிய வீரமாமுனிவர் அந்தக் காலத்தில் வடக்கில் இருந்து தெற்கு நோக்கி வந்துகொண்டே இருக்கிறார். அவர்தான் கான்சாகிப்பின் மனைவியை உடன் அழைத்துச் சென்றார் என்ற செய்தியை இவரிடமிருந்து தெரிந்துகொண்டேன்.

அவர் கேரளாவுக்குச் சென்றார் என்பதுவரை தெரியும். கேரளாவில் அம்பலக்காடு என்னும் இடத்திற்கு கான்சாகிப்பின் மனைவி மாஷா என்பவரை அவர் அழைத்துச் சென்றார் என்பதை இவரிடமிருந்துதான் தெரிந்துகொண்டேன்.

பொதுவாக கமல்ஹாசன் அவர்கள் வாசிப்பார் என்பது தெரியும். படத்துறையில் உள்ளவர்களுக்கு வாசிப்பதற்கோ, வாசிப்பதைப் பற்றி யோசிப்பதற்கோ நேரமே கிடையாது. விதிவிலக்காக இவர் படப்பிடிப்பு இல்லாத நாட்களில் வாசித்துக்கொண்டே இருக்கிறாரோ என்று நினைக்கக்கூடிய அளவுக்கு இவருடைய வாசிப்பு இருக்கிறது. வாசிப்பதில் வேட்கை என்று சொல்வார்கள். அதன் வீச்சு இவரிடம் ரொம்ப அதிகமாக இருக்கிறது.

ஒரு முறை அவரிடம் பேசிக்கொண்டிருக்கும்போது ஒரு ஆங்கில வார்த்தையைச் சொன்னார். சரியான பொருளை சரியான இடத்திலே சொன்னார். எனக்கு வியப்பாக இருந்தது. ஏனென்றால் படித்தவர்களுக்கு மட்டுமே இந்த வார்த்தையின் கனம் புரியும். மிக நுட்பமான வாசிப்பாக அவருடைய வாசிப்பு இருந்தது. நல்ல காலம், இவர் பள்ளிக்கூடத்திற்குப் போகவில்லை என்று எனக்குத் தோன்றியது.

'தசாவதாரம்' படத்தில் வரலாற்று ரீதியாக தில்லை கோவிந்தராஜனின் இடம் பெயர்ப்பு உண்மைதானா என்று கேட்டார். நான் இலக்கியச் சான்றுகள் எல்லாம் இருக்கின்றன. கோயில்கள் இருக்கின்றன என்றேன்.

இதையெல்லாம் அவர் ஏற்கனவே படித்திருந்தார். இந்த நூல்களைப் படிப்பதெற்கெல்லாம் அவருக்கு வாய்ப்பு இருந்திருக்கலாம், ஒரு வைணவர் என்ற முறையில். வரலாற்று ரீதியான சந்தேகங்களை நான் அவருக்குச் சொன்னேன். சந்தேகங்கள் கூட அல்ல, அவர் கேட்டதை நான் உறுதி செய்துகொண்டேன்.

என்ன சொல்ல வருகிறேன் என்றால் அவருடைய வாசிப்பின் நுட்பமும் அதிகம், வீச்சும் அதிகம். அவரோடு பேசிக் கொண்டிருக்கும்போது நல்ல வாசிப்பாளரோடு பேசிக் கொண்டிருக்கிறேன் என்ற மகிழ்ச்சி, திரைத் துறையில் உள்ள அவரோடு பேசிக் கொண்டிருக்கிறோம் என்ற மகிழ்ச்சியை விட அதிகம்.

இப்போது இசை அறிஞர் மம்மதுவோடும் அவர் பேசுகிறார். பழகுகிறார். கமல் பல மொழிகளில் புலமை பெற்றவராக இருப்பது அவருடைய கூடுதல் தகுதி. நான் கவிதைகளைப் பற்றி அவரோடு பேசிக்கொண்டிருந்தேன். குறிப்பாக ஒலிகளின் மூலமாக காட்சிப்படுத்துகிற கவிதைகளைப் பற்றி பேசிக்கொண்டிருந்தேன்.

பாரதிதாசனுடைய பாட்டை நான் அவரிடம் சொன்னேன். உடனே அவர் மலையாளத்திலிருந்து ஒரு கவிதையைச் சொன்னார். முழுக் கவிதையையும் சொன்னார். அதாவது மாடிப்படியில் இருந்து ஒரு குடம் உருண்டு வருவதைப் பற்றிய கவிதையைச் சொன்னார்.

அந்தக் காட்சி கவிதைக்குள் எப்படிக் காட்சிப்படுத்தப்பட்டிருக்கிறது என்பதைச் சொன்னபோது மிக வியப்பாக இருந்தது. அனுபவம் எல்லோருக்கும் கிடைக்கிறது, ஆனால், அந்த அனுபவங்களைச் சரியாக உள்வாங்குகிற நபராக ஒருசிலர்தான் இருக்கிறார்கள். அப்படிப்பட்ட நபராகத்தான் அவரை நான் பார்க்கிறேன்.

இன்னும் சொல்லப்போனால் கிட்டத்தட்ட வாசிப்பில் என்னை ஒத்தவராக இருந்தாலும் அவருடைய வாசிப்பு என்னைப் பொறாமைப்பட வைக்கிறது.

தமிழ் நாடக மரபு என்ற ஒன்று உண்டு. இந்த நாடக மரபுக்கும் படத்துறைக்கும் என்ன சம்பந்தம் என்றால்,

தொடக்கக் காலத்தில் இந்த நாடகக் கம்பெனிகள் எல்லாம் பாய்ஸ் கம்பெனிகளாக இருந்தன. அதாவது சிறுவர்களை நடிகர்களாகக் கொண்டதாக இருந்தது.

அந்த வகையில் இந்த நாடகக் கம்பெனியின் தொடர்பு இவருக்கு எப்படி ஏற்பட்டது என்று எனக்குத் தெரியாது. ஆனால் பேசும்போது இவர் அடிக்கடி 'எங்கள் சண்முகம் அண்ணாச்சி' என்று டி.கே.சண்முகம் அவர்களை நினைவுபடுத்துவார்.

டி.கே.சண்முகம் சங்கரதாஸ் சுவாமிகள் காம்பவுண்டில் இருந்த கடைசி நாடகக் கலைஞர். அந்த பாதிப்பில்தான் அவ்வை சண்முகம் என்று அவருக்குப் பெயர் வைக்கத் தோன்றியது.

பம்மல் கே.சம்பந்தம் என்ற பம்மல் சம்பந்தம்தான் மேடை நாடகங்களிலே புதுமையைப் புகுத்தியவர். சென்னையிலேயே அமெச்சூர் நாடக சபை என்று சொல்லக்கூடிய தொழில் முறை அல்லாத நாடக நடிகர்களுக்கு ஒரு கூட்டணி அமைத்து நாடகத் துறைக்கு ஒரு மரியாதையைச் சேர்த்தவர் பம்மல் சம்பந்த முதலியார்.

கமல் நடித்த பம்மல் கே.சம்பந்தம் படத்திலே ஒரு காட்சி வரும். காளை மாட்டின் மேல் சிவபெருமான் அமர்ந்திருப்பது மாதிரி. அந்தக் காட்சியிலே நடிப்பு முழுக்க பழைய 'நவராத்திரி'யில் சிவாஜி கணேசன் வெளிப்படுத்துவது போல நாடக மரபு சார்ந்ததாகவே இருக்கும். நாடக மரபினுடைய தாக்கம் டி.கே.சண்முகம் மூலமாகவே இவருக்குள் பதிந்திருக்க வேண்டும் என்று நான் கருதுகிறேன்.

நான் முன்னரே சொன்னது போல் இவருடைய வாசிப்பினுடைய வீச்சு மிக அதிகமாக இருக்கிறது. இன்னும் சொல்லப்போனால் ஒரு தமிழ்ப் பேராசிரியரை விட மிக அதிகமாக இருக்கிறது. ஏனென்றால் அவர் கோணங்கி வரை வாசிக்கிறார். கோணங்கி யாரென்றே தெரியாத தமிழ்ப் பேராசிரியர்களை எனக்குத் தெரியும்.

குறிப்பாக, படத்துறையிலே ஆங்கிலப் படங்களைப் பார்த்த அனுபவங்களை தமிழில் நிலைப்படுத்தி தமிழ் இலக்கியத்தோடு அவர் ஒப்பீடு செய்து பார்ப்பது எனக்கு மிக வியப்பாகத் தோன்றும். அந்த வகையில் சமகால இலக்கிய வாசிப்பு என்பது சமகால வாசகர்களைப் புரிந்து கொள்வதற்கான படி.

அதனால்தான் அவரால் சமகால ரசிகர்களைப் புரிந்துகொள்ள முடிகிறது.

இரண்டாவது, அவர் வாசிக்கிற எழுத்தாளர்கள் எல்லாமே மாற்றங்களை விரும்புகிறவர்களாகவும், மாற்றங்களை நோக்கிப் பயணிப்பவர்களாகவும் இருப்பது கூடுதலான விஷயம். அதனால்தான் இவரால் மரபுகளையும், துல்லியங்களையும் உடைப்பவராக சிந்திக்க முடிகிறது.

அவருடைய வாசிப்பின் காரணமாக இவர் நம்மோடு ஒத்த கருத்துடையவர், இவரோடு விவாதிக்கலாம் என்ற உணர்வு அவரோடு பேசிக் கொண்டிருக்கும்போது ஏற்பட்டது. ஆத்திகமும் அவருடன் விவாதிக்க முடியும். நாத்திகமும் அவரோடு விவாதிக்க முடியும் என்கிற நம்பிக்கை எனக்கு இருக்கிறது.

முன்பு சொன்ன மாதிரியே அவருடைய வாசிப்பினுடைய வேட்கை, வாசிப்பினுடைய வீச்சு பல துறைகளில் இருப்பது அவருடைய சிந்தனைக்கும், கலை வெளிப்பாட்டுக்கும் ஒரு கூடுதலான பலம் என்று நான் நினைக்கிறேன். புனிதங்களை உடைக்கிற மன தைரியம் தீவிர வாசிப்பிலிருந்து அவருக்குக் கிடைத்திருக்கிறது என்று நான் நினைக்கிறேன்.

கருப்புச் சட்டை போட்டுக்கொண்டு பெரியார் திடலுக்குத் தைரியமாகப் போக அவரால் முடிகிறது. 'புனிதங்களை உடைப்பது' – இதுதான் பெரியாருடைய கொள்கை. அது ராமர் சிலையாக இருந்தாலும் சரி, உடைக்க வேண்டியவற்றை உடைப்பதற்கு அவர் தயாராக இருந்தார் என்பதுதான். மற்ற திரை நடிகர்கள் அப்படிப் போவது என்பது மிக அரிய செய்தி.

அவருடைய வாசிப்பையும், கருத்துக்களையும் பார்க்கிறபோது விரும்பியோ, விரும்பாமலோ, அறிந்தோ, அறியாமலோ, அவர் ஒரு இடதுசாரி சிந்தனையுடையவராகத் தோற்றமளிக்கிறார். அதனுடைய ஒரு பகுதிதான் கருப்புச் சட்டையோடு பெரியார் திடலுக்குத் தைரியமாக அவரால் செல்ல முடிகிறது என்று நான் கருதுகிறேன்.

பொது விஷயங்களிலே அவர் கருத்துரைத்ததெல்லாம் இதனுடைய வெளிப்பாடுதான் என்று நாம் எடுத்துக்

கொள்ளலாம். தமிழ்த் திரைப்பட உலகம் தன்னுடைய பிரமாண்டத்தால் நம்மை மிரட்டுகிறது.

இந்த உலகத்திலே தாக்குப் பிடிப்பது என்பது அதுவும் அரை நூற்றாண்டு காலம் தாக்குப் பிடிப்பது என்பது பெரிய சாதனை. என்ன வேகத்திலே பட உலகம் மாற்றிக் கொள்கிறதோ, அதைவிட அதிக வேகத்திலே தன்னுடைய சிந்தனையையும், கலை உலக வெளிப்பாட்டையும் மாற்றிக் கொள்கிற ஒரு கலைஞனால்தான் தாக்குப் பிடிக்க முடியும்.

50 ஆண்டுகள் தாக்குப் பிடித்ததே கமலின் மிகப்பெரிய சாதனை. ஆனால், அவர் *100* ஆண்டுகள் வரை தாக்குப் பிடிக்க வேண்டும் என்பதே என்னுடைய வாழ்த்தும், விருப்பமும் ஆகும்.

கவிதைகளில் நல்ல ஈடுபாடு உண்டு என்பது எனக்குத் தெரியும். குறிப்பாக, ஒரு இலக்கிய மாணவனைப் போல் கவிதைகளை மனப்பாடமாக அவரால் சொல்ல முடியும்.

தொலைபேசியில் ஒருமுறை பேசிக் கொண்டிருக்கிறபோது 'குணா' படத்தில் வந்த அபிராமி பட்டருடைய அபிராமி அந்தாதியில் இருந்து 'இடங்கொள்' என்ற பாட்டு வரும். அந்தப் பாட்டை முழுவதுமாக ஒப்பித்தார். குணா படத்தில் அது ஒரு வகையான ஐடெண்டிட்டி கிரைஸிஸ்.

இந்தப் படத்தில் அபிராமி தாயா, தாரமா என்று குழம்புகிறான். அதுக்காகத்தான் அதை அந்தப் படத்தில் சேர்த்தேன் என்றார். அந்தப் பாட்டு முழுவதும் மனப்பாடமாகச் சொன்னார். அப்படியானால் உணர்ந்து ஈடுபாட்டோடு படித்திருக்கிறார் என்றுதானே அர்த்தம்.

அவர் எழுதிய கவிதைகளிலே ஒரு ஆயாவைப் பற்றி எழுதியிருக்கிறார். தாயம்மா என்று நினைக்கிறேன். அந்தக் கவிதை எனக்கு ரொம்பப் பிடித்திருந்தது. ஏனென்றால் இப்படி வெளிச்சம் இருந்தும்கூட இருட்டு உலகத்துக்குள்ளே வாழ்கிறவர்களை இப்படிக் கீழே இறங்கி வந்து பார்த்து எழுதுகிறார் என்பது மகிழ்ச்சியாக இருந்தது.

ஆர்த்தர் புல்லர்ன்னு ஒரு மித்தாலஜிஸ்ட். அவரைப் போல தமிழில் மித்தாலஜி தொன்மையியல் புத்தகங்களை வாங்கணும்னு இவர் ஆசைப்பட்டார். தமிழ்த் தொன்மங்கள் பற்றி ஒரு புத்தகம்

இருந்தால் அது படத்துறைக்கு ரொம்ப உதவியாக இருக்கும் என்று அவர் விருப்பப்பட்டார். உண்மையிலே அந்த ஆர்த்தர் புல்லர் பெரிய ஆளுதான்.

தொன்மையியல் பற்றி இரண்டு மூன்று நாள் வகுப்பெடுக்கணும் என்று கேட்டார். சரி என்று சொன்னேன். அதற்கான நேரமும் காலமும் இன்னும் வாய்க்கவில்லை. தொன்மங்கள் பற்றிய, தொன்மங்களைக் கட்டவிழ்த்துப் பார்ப்பதில் அவருக்குள்ள ஆர்வம்தான் 'தசாவதாரம்' படத்தில் உள்ள முதல் காட்சி என்று நினைக்கிறேன்.

படத்துறைப் பற்றி நாம் கேள்விப்படுகிற பல விஷயங்களை அவர் பொய்யாக்குகிறார். படத்துறையில் உள்ளவர்களுடைய நடத்தை முறையில் இருந்து இவர் பெரிதும் வேறுபட்டவராக இருக்கிறார். சௌலப்யம் என்று சொல்வார்கள் வைணவத்திலே. இந்த வகையில் ரொம்ப எளிமையாக இருப்பது. அவர் விரும்புகிறார் என்று நான் நினைக்கிறேன்.

ஒருமுறை கமல் வீட்டிற்குச் சென்றபோது மாடியில் இருந்து இறங்கி வந்து அவரே கதவைத் திறந்தார், வெளிக்கதவு பெரிய கதவு அதில் உள்பக்கம் மறைந்து நின்று கொண்டு கதவைத் திறந்தார். எனக்கு அந்த எளிமை ரொம்பப் பிடித்திருந்தது.

பேசும்போது இயல்புத் தன்மை அவரிடம் இருக்கிறது. ஹிப்போக்ரசி என்று சொல்வார்களே அது அவரிடமில்லை. அவருடைய மொழி நடையிலும் இல்லை.

- மணா தொகுத்த
'கமல் நம் காலத்து நாயகன்'
நூலிலிருந்து.

பின்னிணைப்பு

தொ.பரமசிவன் என்கிற கருஞ்சட்டை அறிஞர்!

பாளையங்கோட்டை தெற்கு பஜாரில் 'தொ.ப. அகம்' ஆக மாறுவதற்குமுன், கடை வாசலில் காலையில் கூடும் 'கடை'ச் சங்கக் கூட்டத்திற்கு அன்றைக்கு வந்திருந்த 'கடை'ச் சங்கத்தவர் சிலர். அன்றைய சிறப்பு விருந்தினர் தி.க.சி. அவர்கள்! தி.க.சி.யின் பின்னிருப்பது நான்!

பாளையங்கோட்டை தென்னகத்தின் ஆக்ஸ்போர்ட் என்பதாக, எல்லார் மனங்களிலும் அந்த நாட்களில் நூறாண்டுகளுக்கு முன்பிருந்தே கருத்தமைக்கப்பட்டிருந்த ஓரூர்!

தடுக்கி விழப்போனால், ஒன்று பள்ளிக்கூட வாசலிலோ, அல்லது கல்லூரி வாசலிலோதான் ஒருவர் விழுந்தாக வேண்டும். பணம் சம்பாதிப்பதற்காகவன்றி, மக்களின் நம்பிக்கையைச் சம்பாதிப்பதற்காகவும், அறிவூட்டுதற்காகவுமாக, மிஷினரிகளின் சிறிய பெரிய கல்விச் சாலைகள், நூறாண்டுகளுக்கு முன்பே, ஊரைச் சுற்றிலும் காலூன்றியிருந்த வடிவு அது.

தென் தமிழகத்தில், நூறாண்டுகளுக்கு முன்பேயே, முதல் பெண்கள் கல்லூரியைக் கொண்டிருந்த ஊர்.

பார்வையற்றோர் காது கேளாதார், வாய் பேசாதாருக்கான பள்ளிகளையும் அந்தக் காலத்திலேயே மடிகட்டியிருந்த ஊர். அதன் செல்லச் சுருக்கப் பெயர் 'பாளை'!

தாமிரபரணியைக் கடக்கும், சுலோச்சனா முதலியார் பாலத்தின் அந்தப் பக்கமாய்க் கால் வைத்தால், அது திருநெல்வேலி வீர ராகவபுரத்தின் மரூஉ ஆன 'வீராவரம்'; சின்னவயசில் அப்படிக் கேட்டுத்தான், அப்படிச் சொல்லித்தான் எனக்குப் பழக்கம்!

பாலத்தின் வடக்குதெற்காகப் பரத்திக் காலை வைத்தால், ஒன்று தாழையூத்து இப்பொழுது 'சங்கர்நகர்'; மற்றொன்று, மேலப்பாளையம்.

பாளையங்கோட்டையின் பழைய, வரலாறுப் பெயர், ஸ்ரீ வல்லப மங்கலம் என்பதாக, தொ.ப. சொல்லித்தான் எனக்கது தெரியும். அந்த ஈர்ப்பில்தான், 1998ல், என் செண்பகம் காற்றில் கலந்தபோது, 'புதிய பார்வை' – ஏப்ரல் இதழில் வெளிவந்திருந்த 'என் திசை எதுவென்று எனக்குத் தெரியவில்லை' எனும் என் கவிதையைக் 'கூத்தாடிக் கொம்பன்' என்கிற வழக்கமான என் புனைபெயரில் எழுதாமல், புதியதாக, 'ஸ்ரீவல்லப மங்கல அபராஜிதவர்மன்' என்கிற புனைபெயரில் எழுதியிருந்தேன். அதன்பின், என்ன காரணத்தாலோ, பெயரிலேகூட, பொய் வேண்டாமென்று, எளிமைதான் நமக்கான இயல்பென்று, 'மு.ராமசாமி – மு.ரா' என்பதாக மாறியிருந்தேன்.

தொ.ப.வும், 'சிவக்குமரன்' என்கிற புனைபெயரில் சில நூல்கள் தொடக்கத்தில் எழுதியிருக்கிறார். 'டங்கலைத் தெரிந்து கொள்ளுங்கள்' என்கிற நூல் அந்தப் பெயரில்தான் வெளிவந்திருந்தது.

பாளையங்கோட்டைதெற்கு பஜாரைத் தொட்டு, தெற்கே, அதன் இணை கோடாய்க் கீழ்மேலாய் நீண்டு கிடக்கிற, அந்தப் பூர்வீகக் குடிகாட்டின் மேலத் தெருவில் கால் வைத்தால், அங்குத் தொ.ப. வீடு. கீழத் தெருவில் கால் வைத்தால், அங்கு எங்கள் வீடு. தெற்கு பஜாரை ஊடறுக்கும் இரண்டு குறுக்குத் தெருக்களைக் கடந்தால் 1015 வீடுகளின் தூரம்தான் எங்கள் இருவர் வீடுகளுக்கும். கொள்வினை – கொடுப்பினைகூட, ரொம்பவும் அருகித்தான் நடக்கும் இரண்டுத்

நெருக்கஞுக்கிடையிலும், அப்பொழுது. அதை உடைக்கிற சங்கிலியாய், எங்கள் கீழத் தெருவிற்கு மாப்பிள்ளையாய் வந்து சேர்ந்தவர் தொ.ப. அதன்பிறகு, அவருடன் மனம் மிக நெருக்கமாயிருந்த காலங்களில், உரத்து ஒலி எழுப்பினால், கேட்கிற தூரத்தில், வீடுகளின் தூரங்கள் குறுகியிருந்தன. என்னைவிட ஒரு வயது அல்லது ஒன்றரை வயது மட்டுமே மூப்பு அவர்.

ஆறு வயதிலேயே அப்பாவை இழந்து, அம்மா, ஆச்சியின் அரவணைப்பில், அவர்கள் குழைத்து ஊட்டிய பண்பாட்டு எச்சங்களின் மிக நுணுக்கமான அசைவுகளை அந்த அறிவை அந்தக் களஞ்சியத்தை அதன் மொழிக் குறியீடுகளைஅதன் ஒழுங்குப் பரிமாறலை, அப்படியே, தனக்குள் உள் வாங்கி, அதைப் பொடிப் பொடியாய் நுணுக்கி, நாட்டார் மரபில், அதன் இடத்தை உரசிப் பார்த்து, அதற்குப் பகுத்தறிவு முலாம் பூசிச் சமூக அறிவாகக் கைமாற்றித் தந்தவர் தொ.ப.

அவர் அம்மாவின் பெயர் இலட்சுமி அம்மாள்! ஊர், அபிஷேகப்பட்டியை அடுத்திருக்கிற வெள்ளாங்குழி என்பதால், சொந்தப் பெயர் மறைந்து, வெள்ளாங்குழி அம்மாவாகவே பக்கத்து வீட்டாரால் அறியப்பட்டிருக்கிறவர். அம்மா, ஆச்சிகளின் ஒவ்வொரு அசைவுகளையும் கண்டு, கேட்டு, சமூகத்தை உள்வாங்கி, அதை மனசுக்குள் அலசிப் பார்த்த, இந்த மண்ணுக்கான, பாட்டி வைத்தியத் தொடர்ச்சிதான் – விதை நெல்லின் வீரியம்தான்அவரின் எழுத்துமுறை. இது, பெரியாரின் ஆய்வுமுறைக்கு நெருக்கமானது. தர்க்கங்களை அடுக்கி, அதிலிருந்து ஒரு முடிவிற்கு வருவதுதான், அவரின் ஆய்வுமுறை.

அவரின் ஆய்வு எழுத்துகளில், இலக்கியம் இருக்கும்; மக்கள் வழக்கு அதனினும் முக்கியமாய் இருக்கும்; இரண்டையும் இணைக்கிற ஒரு வரலாற்றின் தொடர்ச்சியும் அதற்குள் இருக்கும்; இன்றைக்கான, அதன் இருப்பையும் உணர்த்தக்கூடியதாக அது இருக்கும். இதுதான் அவரின், மொழியிறுக்கம் கொண்ட எளிய ஆய்வுமுறை. அது, வீரியம் குறைந்த வீரியத்தைக் குறைக்கிற ஒட்டு ரகம் அல்ல. பாரம்பரிய அறிவுத் தேடலுக்கான புறச் சூழல் அமைந்திருந்த நிலையில் – நம்மாழ்வாரின் இயற்கை விவசாயம், நா.வா.வின் ஆராய்ச்சி, பேரா. தே.லூர்துவின்

நாட்டாரியல் வாய்மொழி மரபு, 'சிவஞானபோதம்' உரை தந்த பாளை சி.சு.மணியின் குருஞானம், சாத்தான்குளம் ராகவனின் வரலாற்று ஆய்வுகள், தந்தை பெரியார் சிந்தனைகளின் அணுக்கம், மண்ணின் மரபு வரலாற்றை அடித்தட்டிலிருந்து வாசிக்கிற தேட்டம், மயிலை சீனி.வேங்கடசாமியின் எழுத்துகள், தன்னைச் சூழ்ந்தே கிடக்கிற மாணவர்களின் பல்லாயிரம் கேள்விகள் எழுப்பிய சிந்தனைகள் இவற்றின் குழைவாக, அவருக்குள் ஊறிக் கிடந்து, மண்ணின் மொழியில் நறுக்குத் தெறித்தாற்போல், தன் கருத்துகளை எளிமையாகச் சொல்லிப் போகிற பார்வைத் துளிதான் அவருடையது. இவர்கள்தாம் அவரின் ஞானக் குருக்கள்.

இது, உலகமயச் சூழல் உருவாக்கியிருந்த பண்பாட்டு ஊடறுப்பிற்கெதிரான தமிழ்ப் பண்பாட்டு வாசிப்பு. பெரியார் சிந்தனை என்றிருந்தாலே, அதற்குள் மனிதத்தை மதிக்கிற மார்க்சியமும், அம்பேத்கரியமும் உள்ளமுங்கியே இருக்குமென்பதுதான் அறிவியல். 'கருஞ்சட்டை அறிஞர்' என்பது, அவரின், கருஞ்சட்டைச் சிந்தனையின் குறியீடு மட்டுமே.

இவர்களின் திரட்சியிலிருந்து உருவாகித்தான், அவரின் சிந்தனை முறை அப்படியே இந்தச் சமூகத்தை விளக்குவதற்கும் விளங்கிக் கொள்வதற்குமாகப் பொருந்திப் போயிருக்கிறது. அவர் அள்ளித் தெளித்திருக்கிற சிந்தனைத் துளிகள் ஒவ்வொன்றும், 'அழகர் கோயில்' போன்று நீண்ட ஆய்விற்குரியது. தொடர் ஆய்விற்கு, தகவல் சேகரிப்பிற்குரியது. பணி நிறைவிற்குப் பின்பாகச் செய்ய வேண்டும் என்று தள்ளிப் போட்டிருந்த, விவாதித்துக் கொண்டேயிருந்த பல பணிகளைச் செய்து முடித்தற்குரிய சூழலுக்கு, அவர் உடல் ஒத்துழைக்காமல் போனதுதான், உடலைக் கவனித்துக்கொள்ளாத அவரின் குறை.

இன்னொன்று, என்னைப் போலவே அவருக்கும் புத்திர உறவு சீராக அமையாதுபோனதும்தான், உள்ளத்தை வருத்திக் கொண்டிருந்த பெரிய குறை. யார் பக்கம் குறை என்பதற்கு, இரண்டு பக்கங்களிலும், நேரம் ஒதுக்கிக்கொள்ளாதது மட்டுமே, அல்லது, காலம் கடந்து நேரம் ஒதுக்கிக் கொண்டிருந்ததும்தான் வாழ்வியல் குறை. மற்றபடி, எப்பொழுதும் அறிவைப் பரிமாறுகிற அட்சயப் பாத்திரம்தான் அவர்.

உடல் ஒத்துழைக்காத பொழுதும், இவர், தன் மாணவர்களை வைத்து, பேராசிரியர் கா.சிவத்தம்பியைப் போல், இறுதிக் காலத்தில், சொல்லச் சொல்ல எழுத வைத்து நூலாக்கியிருப்பது, மூத்திரச் சட்டியைத் தூக்கிச் சுமந்து திரிந்து, இந்தத் தமிழ்ச் சமுதாயம் விழிக்க, உடல் ஒத்துழைக்காத நிலையிலும், பம்பரமாய்ச் சுழன்ற சமூகத் தேனீ. பெரியார் வார்த்துக் கொடுத்திருந்த அந்தச் சமூக அர்ப்பணிப்பின் இயங்கு சூட்சமம்தான் அது!

2008 மார்ச் 14ல் வெளிவந்த, என்னுடைய 'தமிழ்ச் சமூகத்தில் கூத்து நாடகம் ஒரு தொடர் விவாதத்தை நோக்கி' நூலுக்கு, பேரா. கா.சிவத்தம்பியும், பேரா. தொ.பரமசிவனும்தாம், அணிந்துரைகள் எழுதியிருந்தனர் என்பது எனக்குக் கிடைத்தப் பேறு!

கலகக்காரர் தோழர் பெரியார் நாடகத்திற்கும், ஒருமுறை, மதுரை இறையியற் கல்லூரியில் தலைமையேற்று நடத்திக் கொடுத்திருக்கிறார். நெல்லையில் DYFI மூலம் அந்நாடகம் சங்கீத சபாவில் நிகழும்போது, அதைப் பார்க்க, முழு ஆத்திகரான என் அம்மாவிற்கு, எனக்குத் தெரியாமல் அவராகவே நுழைவுச் சீட்டு வாங்கிக் கொடுத்து, நான் யார் என்பதை என் அம்மாவிற்குக்காட்ட விரும்பி, அவரை நாடகம் பார்க்க அழைத்துவர வைத்தவர். திருநெல்வேலிக் குசும்பு இப்படித்தானிருக்கும்!

நாடகம் முடிந்தவுடன், என் அம்மாவிடம், 'நாடகம் எப்படி இருந்திச்சி?' என்கிறார். என் அம்மாவும், 'நல்லாருந்திச்சி அவன் சொல்றதெல்லாம் கேக்கும்போது சரியாத்தானே இருக்கு' என்று சொன்னது, இருவருக்குமே அப்பொழுது பிடித்திருந்தது. ஏனெனில் பெரியார், அவ்வளவு பக்குவமாய் அவர்களின் மனங்களில் கரைந்திருந்தது அப்பொழுது தெரிந்தது.

'அழகர் கோயில்' தவிர மற்றவையெல்லாம், பேருந்துப் பயணத்தின்போது படித்து முடித்துவிடுகிற அளவிலான, பல்வேறு கட்டுரைகளின் இணைப்பில் அமைந்த நூல்கள்தாம்! ஆனால், படித்தால், பேருந்துப் பயணத்திற்குப் பின்னும், பண்பாட்டின் வேர்த் தடங்கள், வாசித்தவர் மனசிற்குள் மத்தாப்பாய் வெளிச்சமிட்டு, நம் பார்வையை விரிவாக்கிக்

கொண்டேயிருக்கும் என்கிற உத்திரவாதத்தை, எவருக்கும் எவரும் தரமுடியும்.

மதுரைப் பல்கலைக்கழகத்தில், நான் நாட்டுப்புறவியல் விரிவுரையாளராகப் பணியில் இருந்தபோது, ஜாகீர் உசேன் கல்லூரி, தமிழ்த்துறையிலிருந்து துறை மேம்பாட்டுத் திட்டத்தின்கீழ் 'அழகர் கோயில்' பற்றி ஆய்வு செய்ய, 1976–79ல் மதுரைக்கே வந்திருந்தார். எனக்கும் அவருக்கும் ஆய்வு வழிகாட்டி, பேராசிரியர் முனைவர் முத்துச் சண்முகன். தமிழ்த்துறையின் ஆய்வு அடையாளம் அவராக அறியப்பட்டிருந்த வீச்சு பொங்கியிருந்த காலம்.

அவர் மடைமாற்றியிருந்த நிலையிலேயே, எங்களின் ஆய்வுக் கனவாயிருந்த புதுமைப்பித்தனிலிருந்து, இருவருமே, புதியதோர் பாதையிலே நடைபோட முடிந்தது. ஆய்வில், அவர் வழங்கியிருந்த சுதந்திரம், அறிவியல் பார்வை, களப்பணி அக்கறை இவை அழகர் கோயில் ஆய்விற்கு அவருக்கு ஆதரவாகத் துணை நின்றன.

வைணவமும், வடமொழியும், இந்த மண்ணும் அவரின் ஆய்விற்கு, அவருக்கு வழிகாட்டிக் கொண்டிருந்தன. இந்த மண்ணின் பண்பாட்டியல் அறிவை உருட்டித் திரட்டிய ஒருவராகவிருந்தார் அவர். ஒரு மாத காலக் கல்வெட்டியல் பயிற்சி வகுப்பை, திருமலை நாயக்கர் மகாலில், ஒரு சாலை மாணாக்கனாய் என்னோடு அவரும் கற்றவர்.

அந்தப் பயிற்சியை தன் வாழ் நாளின் இறுதி வரையும் தன்னோடு தக்கவைத்தும் கொண்டவர். அதுதான், பாளையங்கோட்டை நூலெழுத, சர்க்கரைக் குறைபாட்டில், ஒரு காலிழந்த நிலையிலும், அவரைப் பாடாய்ப்படுத்தி வந்தது. எங்கள் கீழத் தெருவின் இறுதியிலிருந்த 'பாப்பாத்திக் கிண'ற்றின் வரலாற்றுத் தொடுப்பை அவர்தான் எனக்குப் புரிய வைத்திருந்தார்.

கிளாரிந்தா சர்ச்சின் உள்ளிருக்கிற ஆஷ் துரையின் கல்லறையை அவர்தான் எனக்கு அடையாளங் காட்டினார். அதை ஒளிப்படமெடுத்துக் கொடுத்து அவருக்கு உதவினேன். சினிமாவோடு தொடர்பு கொண்டவன் என்ற வகையில், அந்தவகையிலும் என்னை நம்பினார்.

பகுத்தறிவு நிழலில் நின்று, நாட்டார் மரபின் வேர்களைத் தேடியதாகவே, அவரின் அனைத்து ஆய்வுப் பயணங்களும் அமைந்திருந்தன. தாய்க்கோழியாக, மாணவ உறவுகளை, சாதி, மதம் கடந்து, தன் இதயத்திற்குள் பொத்தி வைத்து, அப்படி நேசித்தவர்! அவர்களை வைத்து எந்த அரசியலும் செய்ய எத்தனிக்காதவர்; மனதில் பட்டதை, எவராயிருந்தாலும் வெளிப்படுத்தத் தயங்காதவர்; மாணவர்கள் மத்தியில் அறிவின் துலக்கமாக விளங்கியவர். முழுக்க முழுக்க நல்லாசிரியரும், நற்சமூகச் சிந்தனையாளரும், நற்றொழிற்சங்கவாதியுமாவார்.

இளையான்குடி ஜாகீர் உசேன் கல்லூரி ஆசிரியர் போராட்டத்தில், நிருவாகத்தை எதிர்த்து முன்நின்ற 'மூட்டா' உறுப்பினராதலால், ஒரு கட்டத்தில், 1986 வாக்கிலென்று நினைக்கிறேன், மதுரை, தியாகராஜர் கல்லூரிக்குத் தன்னை இடம்மாற்றிப் பனிரெண்டு ஆண்டுக் காலம் அங்குப் பணிபுரிந்தவர். இங்குதான், தன் இருப்பைக் கொட்டிப் பார்த்து, அதை அள்ளிக் கோர்க்க, மாணவர் பட்டாளத்தைத் தன் படையணியாய் ஆக்கிக் கொண்டவர். தன் ஆய்விற்குள், மக்களின் பண்பாட்டுச் செயல்வடிவுகளிலிருந்து பாடம் சொல்லப் பழக்கியவர். தமிழ்ப் பண்பாட்டைச் 'சமயங்களின் அரசிய'லாய்ப் பார்த்தவர். விருப்ப ஓய்வு கொடுக்கும்வரையும், 1998 முதலாய்ப் பத்து ஆண்டுகள், மனோன்மணியம் சுந்தரனார் பல்கலைக்கழகத் தமிழ்த் துறைத் தலைவராக விளங்கியவர். துறை அரசியல் ஏற்படுத்தியிருந்த மன உளைச்சலில், பணியை, ஓராண்டுக்கு முன்பே தூக்கி எறிந்தவர். என் செண்பகத்தின் மரியாதைக்குரியவர்.

வலதுசாரிச் சிந்தனைக்கு, முற்று முழுக்க எப்பொழுதும் எதிரானவர். அதனாலேயே, பல்வேறு சமூக, அரசியல், தமிழ் அமைப்புகளைச் சார்ந்தோர், அவரின் மறைவிற்கு இரங்கல் தெரிவிக்க, ஓடோடி, அவரின் இல்லம் தேடி வந்திருந்தனர். நினைவேந்தல் கூட்டங்கள், பல திக்குகளிலும், பல அமைப்புக்களின் பெயர்களில் நிகழ்ந்து கொண்டிருக்கின்றன. அவரின் எழுத்து, ஒடுக்கப்பட்ட தமிழ்ச் சமூகம் சார்ந்ததாய் இருந்ததே அதற்குக் காரணம்!

ஓவியர் சந்துருகூட, தொ.ப.வை அவர் பங்கிற்கு, எப்பொழுதும் நினைவில் நிறுத்த, அவரை மாரளவு சிலையாக வடித்திருக்கிறார்.

இதன் பின்னிருக்கிற கதை இன்னுமே சோகமானது – அது, ஓராண்டுக்கு முன்புதான், சமூகத்திற்கு முழுமையாய்த் தன்னை அர்ப்பணித்து, என்றும் நினைவில் நிறுத்தத் தகும் பணி செய் திருக்கிற 52 ஆளுமைகளை அடையாளப்படுத்தி, அவர்களை நெல்லைப் பூங்காவில், சிலையாக நிறுவுவதற்குரிய திட்டத்தை ஓவியர் சந்துருவிடம் குறித்துக் கொடுத்திருக்கிறார் அறிஞர் தொ.ப. அவரும், காற்றில் கரைந்து போனதால், அதில் ஒரு சிலையாக முகம் காட்டியிருக்கிற முதற் சிலையாக, 53 ஆவது சமூகச் சிற்பியாக, சிற்பி சந்துருவின் விருப்பப்படி, இப்பொழுது மாறிப்போயிருக்கிறார்!

நான் தமிழ்ப் பல்கலையில் பணியிலிருந்தபோது நிகழ்ந்த சம்பவமொன்று, இப்பொழுது நினைவிற்கு வருகிறது.

அப்பொழுது, முனைவர் ம.இராசேந்திரன் அவர்கள் அதன் துணைவேந்தர்! அவருக்குமுன் நான்காண்டுகளாக நிரப்பப்படாதிருந்த, இணைவேந்தர் நியமன ஆட்சிக்குழு உறுப்பினருக்கான கோப்புகள், கிணற்றில் விழுந்த கல்லாக நகராமலே கிடந்துவந்தன.

துணைவேந்தர் ம.ரா., 2009ல், அதைத் தூசி தட்டி எடுத்து, அதற்கு உயிர் கொடுத்திருந்தார். நான் அப்பொழுது அவருக்குத் துணையாகப் பதிவாளர் பொறுப்பிலிருந்தேன். இணைவேந்தருக்கு அனுப்புவதற்கான பெயர்ப்பட்டியலைத் தயாரித்து, துணைவேந்தர் ஒப்புதலுக்கு அனுப்ப வேண்டிய பொறுப்பு, என்னிடமிருந்தது. நான் எட்டு பெயர்கள் கொண்ட ஒரு பட்டியலைத் துணைவேந்தருக்கு அனுப்பி, அவரின் ஒப்புதலைப் பெற்று, இணைவேந்தருக்கு அனுப்பியிருந்தேன். அந்தப் பட்டியலில் முதல் பெயர் முனைவர் தொ. பரமசிவன்! அவர் இணைவேந்தரால் தேர்வு செய்யப் பெற்றிருந்தார். அது, அலுவலகச் சம்பிரதாயத்தில் நடந்தது.

துணைவேந்தர் ம.ரா.விற்கு, இன்னாரைச் சேர்க்க வேண்டும் என்கிற நோக்கமேதும் இல்லாத காரணத்தாலும், என் மீதுள்ள நம்பிக்கையின் காரணமாகவும், பட்டியலின் வரிசைக் கிரமத்தை மாற்றச் சொல்லாமல் எல்லோருமே அவரறிந்த தகுதியான அறிஞர்களாயிருந்ததால் அப்படியே அனுப்பச் சொன்னார்.

அதன்பிறகு ஒருநாள், பல்கலைக்கழகக் கூத்துக் களரிக் கட்டடத்தின் முன்பு, அதற்கு நிதி வழங்கிய மாநிலங்களவை உறுப்பினர் கவிஞர் கனிமொழி அவர்கள் பங்கு பெறலில், ஒரு கூட்டம் நடந்தது. ஆட்சிக் குழு உறுப்பினரான தொ.ப. வும், பல்கலைக்கழகம் சார்பில் அதில் வாழ்த்திப் பேசினார்.

பேச்சு சுவாரஸ்யத்தில், என்னை விளிக்கும்போது 'ராமசாமி' என்று உரிமையுடன் அழைக்க, துணைவேந்தர் அதிர்ச்சியில் திரும்ப, 'ஒங்களுக்கு அவரெ முன்னாலெயே தெரியுமா?' என்க, அவரிடம், 'என் உறவுக்காரர்தான்' என்று கூறியிருக்கிறார், தொ.ப.

நிகழ்ச்சி முடிந்து அவர்கள் எல்லாம் போனபின், துணைவேந்தர் ம.ரா., பேச்சினிடையில் என்னிடம், 'பேராசிரியர் தொ.ப. உங்கள் உறவினரா?' என்றார்.

நான் மேலும் கீழுமாய்த் தலையசைத்து, 'ஆனா அந்த அடிப்படையிலெ அவரு பேரெ நான் ஆட்சிக் குழு உறுப்பினர் பட்டியல்லெ சேர்க்கலை. தகுதியுடைய தமிழறிஞர்ங்கறதுனாலெதான்' என்கவும், 'அய்யய்ய, நான் அப்படி நெனைக்கலை... எனக்கு, அவரு சொல்லித்தான் இப்பத் தெரியுதுங்றதுதான்' என்கிறார்.

'சொல்லணும்னு தோணலை... நீங்களும் கேட்கலை' என்றேன். சிரித்துக் கொண்டார்.

என்னைப் பெயர் சொல்லிப் புதியவர் ஒருவர் கூப்பிட்டதுகூட, அவருக்கு ஆச்சரியமாய் இருந்திருக்கிறது போலும்!

இளநிலை நிகழ்த்துக் கலைக்கூத்துக் களரிப் பாடத் திட்டத்தில், 2010ல், அவரின் 'பண்பாட்டு அசைவுக'ளைப் பாடமாக வைத்திருந்தோம். ஆட்சிக்குழு உறுப்பினராக, 05.10.2009 முதல் 04.10.2012 வரை தொ.ப. சிறப்பாகப் பணியாற்றினார். அத்துடன், உலகத் தமிழ்ச் செம்மொழி மாநாட்டுக் கருத்தரங்கக் கட்டுரைகளைத் தேர்வு செய்ததிலும், இருதய அறுவைச் சிகிச்சைக்கு ஆட்பட்டிருந்தும், அவரின் பங்களிப்பு, சிறப்பாக இருந்திருந்தது.

இன்னொன்று, துணை வேந்தர் ம.ரா.விற்குப் பதவி முடிகிற ஒரு நேரத்தில், 2011ல், 'அடுத்த, த.ப. துணைவேந்தராக,

யாருடைய மூன்று பெயர்களைப் பரிந்துரைப்பீர்கள்' என்று என்னிடம் முனைவர் ம.ரா., திடீரென்று கேட்கிறார். அவருக்குத் திரும்பத் துணைவேந்தராய் வர விருப்பமில்லை. எனக்கும் அதிலெல்லாம் பெரிதும் ஈடுபாடில்லை. அதிலும், முதலில் தொ.ப., பெயரைச் சொல்கிறேன். 'வயதிருக்குமா' என்று கேட்கிறார். காரணம் சொல்லாமல், தொ.ப.விடம் வயதை மட்டும் விசாரித்து, துணைவேந்தரிடம் சொல்கிறேன். அதிலும் முதற்பெயர் அறிஞர் தொ.ப.தான்!

மற்றைய இரண்டு பெயர்கள், அவர்கள் உயிரோடு இருந்துவரும் நிலையில், இப்பொழுது இங்குத் தேவையில்லாதது. பின்னுள்ள பெயர்களில், சில விவாதங்கள் எங்களுக்குள் ஏற்பட்டிருந்த நிலையில், இன்னொரு நாள் அதைப் பற்றிப் பேசலாம் என முடிவு செய்திருந்த நிலையில், தேர்தலில் ஆட்சி மாற்றம் ஏற்பட்டுவிட, எல்லோமே பேச்சோடும் அரைகுறைப் பதிவோடும் நின்றுவிட்டிருந்தது.

ஒருவேளை, கலைஞரே மறுமுறையும் ஆட்சிக்கு வந்திருந்தால், தொ.ப.வே ஒருவேளை தமிழ்ப் பல்கலைக்கழகத்தின் துணைவேந்தராகவும் வந்திருக்கவும்கூடும். அதற்கான உரிய தகுதி அவருக்கிருந்தது. ஆனால், அவரின் எளிமைக்கும், சுயமரியாதைக்கும், பீடி வலிக்கிற இயல்பிற்கும், அந்தப் பதவி அவருக்குச் சரிப்பட்டு வந்திருக்குமா என்பதுதான், இப்பொழுது எனக்குத் தெரியவில்லை.

தெற்கு பஜாரில், கடையின் படிக்கட்டுகளில், அவர் அமர்ந்து பீடி வலிக்கிற அழகும், டீ குடிக்கிற மிதப்பும், பக்கத்து அய்யனார் கடையில் நாளிதழ்கள் வாங்கிப் புரட்டுகிற அக்கறையும், அப்படியிருந்தே, மொழியாராய்ச்சி, கோயிலாராய்ச்சி, கல்வெட்டாராய்ச்சி, அப்படியே அரசியல் ஆராய்ச்சி என்று நகர்ந்து முடிகிற பொழுதுகள் அபாரமானவை.

இவருருக்கென்று ஒரு கூட்டமும் இருக்கும். எல்லோருக்குமே இவரின் பண்பாட்டு, வரலாற்று அறிவும், அமைதியாய், அடுத்தவர் கருத்தைக் கேட்டுக் கொள்கிற சமர்த்தும், விவாதங்களை நுணுகிக் கவனிக்கிற அவரின் பக்குவமும் அத்துப்படி!

அவர்களுக்கிருந்த ஒரு பழக்கம், கடையைத் திறக்க வருகையில், வெயில் படரத் தொடங்குகையில், அவர்கள் நடை

மாற வேண்டியிருக்கும். அதற்குள், மூன்று நான்கு டீக்கள், நான்கைந்து பீடிக்கள் அல்லது சிகரெட்டுகள் கரைந்திருக்கும்.

அந்தக் கடை விலைக்கு வருகையில், தொ.ப.,வின் நண்பர் மனோன்மணியப் பல்கலைக்கழகக் கணிதத் துறைப் பேராசிரியர் முனைவர் சோமசுந்தரம், அதை விலைக்கு வாங்கி, அதற்குத் 'தொ.ப. அகம்' என்று பெயர் வைத்திருந்தார். அது ரசிகமணி மாளிகையைப் போல் எப்பொழுதும் கூட்டமும், கலந்துரையாடலுமாகவே களைகட்டி இருக்கும். பேராசிரியர் மா.பெ. சீநிவாசன் பார்வையில், அதுதான் உண்மையில் 'கடை'ச் சங்கம்!

இப்பொழுது, அந்தக் கடை முழுக்கவும், நினைவஞ்சலிச் சுவரொட்டிகளால் ஒட்டப்பட்டுக் கதவே மறைந்திருந்தது.

பத்தாண்டுகளுக்கு முன், அவரின் அறுபதாண்டு விழாவையொட்டி, அவரைப் பற்றி எழுதி அனுப்பியிருந்த, அச்சாகியிருந்த, என் குறிப்பொன்று இப்பொழுது கிடைத்தது. அப்போதிருந்த அதே கருத்துத்தான் இப்பொழுதும்!

அது இப்படிச் செல்கிறது:

'எனக்கிருக்கிற ஒரே தடை, அவர் என் உறவினராக அமைந்து போயிருப்பதுதான். ஆனாலும் என்ன? ஊர்கூடிக் கொண்டாடிக் களிக்கிற, தமிழ்ப் பண்பாட்டியல் சமூக ஆய்வுத் தகைமையாய்த் தன் இருப்பின்வழி, தன்னை ஆக்கிக் கொண்டிருக்கிற, தொ.ப. என்கிற ஆளுமையை, வாழும் காலத்தில் நானெப்படி விட்டுவிலகி ஒதுங்கிப் போவது?

கற்றாரைக் கற்றாரே காமுறுவர். அந்தவகையில் அவரைக் கொண்டாடுவதை எனக்கான கொண்டாட்டமாய் நான் களி கொள்கிறேன்.

நாம் கவனிக்க மறந்து, கடந்துபோன தலைமுறையின் கடந்தகால விழுமியங்களைப் பாட்டியின் மனசாய்ப் பகிர்ந்து மகிழும் ஒரு பத்தாயம் அவர். அவரின் 'அறியப்படாத தமிழகம்', 'தெய்வம் என்பதோர்', 'சாதிகளின் அரசியல்', 'அழகர் கோயில்' ஆகியவை அவர் எழுத்துவழித் தமிழுக்குத் தந்திருக்கிற செல்வங்கள். நாம் பார்க்கத் தவறிய சின்னஞ்சிறிய தகவல்களைத் துள்ளல் மொழியில் அள்ளித் தெளிப்பதுதான் அவரின் எழுத்துப் பாணி.

தொ.ப. பற்றி, ஒற்றை வரியில் என்ன சொல்லலாம்? இப்படிச் சொல்லலாமா? பண்பாட்டு எச்சங்களை முன்னிறுத்தித் தன் ஆய்வைச் சமைக்கும், ஒரு தகவல் களஞ்சியம் அல்லது கணினி என்று சொல்லலாமா?

என்னிடம் அபரிமித அன்புள்ளம் கொண்ட இவரிடம், எனக்குப் பிடிக்காத ஒரே பழக்கம், தமிழை ஆட்டிப் படைக்கிற இவரை, புகையும் ஆட்டிப் படைப்பது மட்டும்தான்!'

என்று அதில் குறிப்பிட்டிருந்தேன்.

அதைப் பற்றி, அவர் இருந்தவரையும் ஒரு கேள்வியும் என்னிடம் கேட்டதில்லை; நானும் அதைப் பற்றி அவரிடம் பேசியதேயில்லை.

பண்பாட்டு அறிவு, அவரின் அம்மா, இலட்சுமி அம்மாவிடமிருந்து அவருக்குக் கைமாறிய பொக்கிஷம்! அந்தத் தகவல்களை, அவர், மற்றவர்களிடம் தன் சமூக அறிவால் பகிரும்போது, அவர்களெல்லாம் வாய் பிளந்து கேட்ட அதிசயத்தில்தான், 'அறியப்படாத தமிழகம்' (1997) என்கிற நூலாக்கினார். அது, முடங்கிப் போய்விடாமல், இன்னமும் அசைவியக்கம்கொண்டும், மற்றவர்க்கு, மன அசைவைக் கொடுத்துக்கொண்டும் இருப்பதால், பிற்பாடு பதிப்பிற்குள்ளாகையில், 'தெய்வங்களும் சமூக மரபுகளும்' (1995) என்கிற நூலையும் இணைத்து, அது, 'பண்பாட்டு அசைவுகள்' என்று பெயர் மாற்றம் பெற்றிருக்கிறது.

அவரே பல நேரங்களில் விதந்து பேசுவதுபோல், அவரின் அம்மாவிடமிருந்து பெற்ற நாட்டார் சமூக அறிவு, 'எங்கம்மா இப்படிச் சொல்லுவா, எங்கம்மா அப்படிச் செய்வா' என்று ஒவ்வொன்றிற்கும் அர்த்தம் தேடத் தொடங்கிய அவரின் இலக்கிய அறிவு, ஞானாசிரியன் சி.சு.மணியிடமிருந்து பெற்ற சைவ அறிவு, ஆய்விற்கு அவருக்குள்ளே அடங்கியிருந்த வைணவ அறிவு, கல்வெட்டுப் பயிற்சியின் மூலமும், தமிழ் நூல்களின் வாசிப்பின் மூலமும் அவர் பெற்ற சமண அறிவு, பெரியாரைக் கற்றதால் அவருக்குள் கலந்திருந்த பகுத்தறிவு, பௌத்த அறிவு என்பதாய், எல்லாம் ஒருசேர சங்கமிக்கும் பொங்குமாக் கடலாய் அவர் விளங்கினார்.

இந்த இடத்தில் 'கறுப்பு' பற்றி அவர் எழுதியிருக்கிற கட்டுரை பற்றி, ஒரு செய்தியைச் சொல்லத் தோன்றுகிறது.

1979–80 களில், 'கருப்புசாமி வழிபாடு' பற்றி நானொரு கட்டுரை எழுதி, அதை, மைசூரிலுள்ள இந்திய மொழிகளின் மைய நிறுவனத்தில், நாட்டுப்புறவியல் துறையில் பணியாற்றிய முனைவர் ஜவஹர்லால் ஹண்டு நடத்திய நாட்டுப்புறவியல் கருத்தரங்கில், வாசித்திருந்தேன். அதன்மேலான தொடர் விவாதங்களை, தொ.ப. என்னுடன் திடீர் திடீரென்று நிகழ்த்தியிருந்தார்.

வெள்ளையர் மேலாண்மைக்கு எதிரான கறுப்பின் மேலாண்மையை நிறுவுவதற்காக உருவானது தான் 'கருப்பசாமி' என்பதாக, என் களப்பணிகளின் மூலம் நிறுவியிருந்தேன். ஆனால் தொ.ப.விற்குத் தமிழ்ச் சமூகத்தில் 'கறுப்பு' அதற்கு முன்பே, பெரியபுராணத்தில் வருகிறதென்றும், கூடுதலாக ஆய்வுசெய்து பார்க்க வேண்டுமென்றும், பார்க்கும் போதெல்லாம் சொல்லிக் கொண்டேயிருப்பார். கறுப்பு அவர் மனசை அசைத்துக் கொண்டேயிருக்கிறது என்பது புரிந்தது.

'அறியப்படாத தமிழகம்' நூலின் சிறு கட்டுரைகளை எழுத, 'கறுப்பு: ஒரு தமிழ்ப் பார்வை' தவிர நான் கடுமையான முயற்சி எதுவும் மேற்கொள்ளவில்லை என்று அவரே குறிப்பிடுகிறார். அவரின், அழகர் கோயில் ஆய்விற்கும் 'கறுப்பு' சம்பந்தப் பட்டிருந்தது.

இருவரும் அவரவர் கருத்துகளில் அப்படியே தங்கிப்போயிருந்தோம். யாருடனும் மல்லுக்கட்டுவது அவரின் வேலையாய் இல்லாமல், அவரின் கருத்தை மட்டுமே, அதற்குரிய ஆதாரங்களுடன் சொல்லிச் செல்லுகிற அழகு அவருடையது. சுஜாதாவின் புறநானூற்று உரைக்கு மட்டுமே, தொ.ப., அதிகம் அறக் கோபத்திற்காளாகியிருந்தார் என்பதும் இங்குக் குறிப்பிட வேண்டியது. மற்றபடி, அவரை விமர்சிக்கிறவர்களை அவர் ஆய்வைக் கேள்விக்குள்ளாக்குகின்றவர்களை அவர் எடுத்தெறிந்து பேசியதாக எனக்கு நினைவில்லை. சிரித்துக் கடந்துபோய்விடுகிற எள்ளல் அவருடையது. அவர் சுபாவம் அப்படியானது!

வீட்டின்முன் கண்ணாடிக் கூண்டிற்குள் அவர் கிடத்தி வைக்கப்பட்டிருக்கிறார். இறப்பை என்றாவது ஒருநாள் எவரும்

சந்தித்துத்தான் ஆக வேண்டும். இறுதிநாள் சிரமங்களைத் தாண்டி, சிலது அவர்களுக்கான வரங்களாகவும் அமைந்துவிடுகின்றன.

அப்படி அமைந்ததுதான் தொ.ப.விற்கு அமைந்த அந்த டிசம்பர் 24! கலகக்காரர் தோழர் பெரியாரின் சிந்தனைத் தடத்தில் நடைபோட்ட அவரின் சுவாசம் நின்றுபோன நாள், பெரியாரின் 47 ஆவது நினைவு நாள்!

அன்று சிரமத்திற்குள்ளான பகற்பொழுதில்தான், அவர் சொல்லிக் கொண்டிருந்திருக்கிறார், 'இன்று எம்.ஜி.ஆர் நினைவு நாள்; பெரியார் நினைவு நாள்; எங்க அம்மாவின் நினைவுநாள் இன்று நானும் போனால், நல்லாருக்கும்' என்பதாக! அவர் நினைத்த மாதிரியே அதுவும் நிகழ்ந்திருக்கிறது.

வைணவத்தை எழுத்தெண்ணிப் படித்து, ஜீயர்களையே வியப்பிற்குள்ளாக்கியும், 'நான் இந்து இல்லை' என்று பாளையங்கோட்டை' மேலேறி நின்று, விண்ணதிர முழக்கமிட்ட தொ.ப.வின் உடல், வைணவர்களின் நம்பிக்கைக்கேற்ப, வைகுண்ட ஏகாதசியன்று சொர்க்கவாசல் திறப்பன்று, நெருப்பினுள் பயணப்பட்டிருக்கிறது என்பது ஒரு ருசிகர முரண்!

இரண்டுமே, இன்னும் சமணமும், பௌத்தமும் அவருக்குள் முழுமையாய்ச் சங்கமித்திருந்த ஒரு புள்ளிதான் அவர்!

மனசு, இதை நினைக்கையில், அவரைக் கேலி செய்யும் பாவத்தில் இலேசாகிறது. இதுவும் திருநெல்வேலிக் 'குசும்பு'தான்!

தொ.ப. உடலின் கால்மாட்டில் சகோதரி இசக்கியம்மாள் அழுது வீங்கிய கண்களுடன் இருக்கிறார். நான் அவரிடம் செல்லவும், 'ஓங்க அண்ணன் வரமாட்டாரு... போன் போட்டாலும் வரமாட்டாருன்னு எப்பப் பேசினாலும் சொல்லிக்கிட்டே இருப்பாக... யார் வந்தாலும் ஓங்களெப் பேசாம இருக்க மாட்டாக' என்று அழுது கதற, 'அதான் இப்ப வந்திருக்கேனே' என்று மனதால் மட்டுமே என்னால் சொல்ல முடிந்தது. எல்லாம் காலம் கடந்தது. சில காரணங்களால், அந்தத் தெருவில் என் காலடிகள் பட்டு ஒன்பதாண்டுகளாகின்றன. அதைப் பார்க்க, அவர் மட்டும் இப்போது அங்கில்லை!

* * *